ANG PANGHULI HONEY AKLAT NG LUTUIN

MATAMIS AT MASARAP NA RESEPE PARA SA LIKAS NA KASIYAHAN. Tuklasin ang Ginintuang Tamis ng Pulot - Mula sa Almusal hanggang Dessert, Ilabas ang Kapangyarihan ng Pangpatamis ng Kalikasan

Vicente Delgado

Copyright Material ©2023

Lahat ng Karapatan ay Nakalaan

Walang bahagi ng aklat na ito ang maaaring gamitin o ipadala sa anumang anyo o sa anumang paraan nang walang wastong nakasulat na pahintulot ng publisher at may-ari ng copyright, maliban sa mga maikling sipi na ginamit sa isang pagsusuri. Ang aklat na ito ay hindi dapat ituring na kapalit ng medikal, legal, o iba pang propesyonal na payo.

TALAAN NG MGA NILALAMAN

TALAAN NG MGA NILALAMAN 3
PANIMULA 6
BREAKFAST 7
   1. Honeycomb Toffee Bread 8
   2. Honeycomb Candy Milkshake 10
   3. Honeycomb Cereal Parfait 12
   4. Honeycomb Candy Pancake 14
   5. Honeycomb Candy Overnight Oats 16
   6. Honeycomb Candy French Toast 18
   7. Honeycomb Candy Yogurt Bowl 20
   8. Honeycomb Cereal Smoothie 22
   9. Honeycomb Candy Waffles 24
   10. Honeycomb Banana Smoothie 26
   11. Honeycomb Candy Frappuccino 28
   12. Honeycomb Candy Iced Tea 30
   13. Honeycomb Candy Latte 32
   14. Honeycomb Candy Milk Tea 34
   15. Honeycomb Candy Hot Chocolate 36
   16. Gatas ng Honeycomb Cereal 38
MGA APETIZER 40
   17. Pistachio At Honey Chevre Log 41
   18. Rustic Dutch Oven Bread 43
   19. Honey Butter 46
   20. Basil Honey Ricotta Tartine 48
   21. Honeycomb Crunchie Bar 50
   22. Honeycomb Cereal Bar 52
   23. Honeycomb Cookie Bar 54
   24. Honeycomb Candy Bark 56
   25. Honeycomb Energy Ball Bites 58
   26. Honeycomb Candy Popcorn 60
   27. Honeycomb Cereal Snack Mix 62
   28. Honeycomb Candy Dip 64
   29. Honeycomb Yogurt Parfait 66
   30. Honeycomb Candy Granola 68
MGA DESSERTS 70
   31. Cannelé Bordelais 71
   32. Honey Citrus Tea Cake 74

33. Mango Shrikhand 76
34. Chunky Buckwheat Granola 78
35. Honey Ice Cream 81
36. Beeswax Ice Cream 84
37. Honeycomb Ice Cream 87
38. Honeycomb Candy Frozen Yogurt Bites 89
39. Honeycomb Banana Cake 91
40. Dark Chocolate Honeycomb 93
41. Honeycomb Candy Milk at Cereal Popsicles 95
42. Honeycomb Cheesecake 97
43. Honeycomb Candy Gateau 99
44. Honeycomb Ice Cream Sandwich 101
45. Honey Coffee Cake 103
46. Honeycomb Lemon Cake 106

COOKIES AT CANDIES 109
47. Honey Cookies 110
48. Kagat ng Enerhiya 112
49. Honey Caramels 114
50. Peppermint Patties 117

MGA KASAMA 119
51. Honey Mustard 120
52. Honey Avocado Dressing 122
53. Honey Vinaigrette na May Pollen 124
54. Honey Barbecue Sauce 126
55. Pinausukang Pulot 128

FERMENTED FOODS 130
56. Fermented Ketchup 131
57. Fermented Honey Garlic 133
58. Fermented Honey Cranberries 135
59. Fermented Probiotic Honey Berry Soda 137
60. Tepache 139

MGA inumin 141
61. Basic Honey Syrup 142
62. Ginger Ale 144
63. Mandarin Fiz 146
64. Cucumber Lemongrass Honey Cocktail 148
65. Apricot Cardamom Cocktail 150
66. Tequila Honey Cocktail 152
67. Lithuanian Honey Spirits 154
68. Elderberry Tonic 156

69. Turmeric Honey Super Booster 158
70. Honeycomb Martini 160
71. Honeycomb Margarita 162
72. Honeycomb tropical Mocktail 164
73. Honeycomb Candy Old Fashioned 166
74. Honeycomb Candy Mojito Mocktail 168
75. Honeycomb Candy Punch 170
76. Honeycomb Cereal White Russian 172
77. Honeycomb Candy Spritzer 174
78. Honeycomb Candy Whisky Smash 176
79. Honeycomb Candy Pina Colada 178

INFUSAN HONEY 180

80. Lemon Infused Honey 181
81. Orange-Infused Honey 183
82. Lemon Butter Infused Honey 185
83. Peach Infused Honey 187
84. Pear at Apple Infused honey 189
85. Pink grapefruit Infused honey 191
86. Quince Infused honey 193
87. Cinnamon-Apple Honey 195
88. Elderflower infused honey 197
89. Lilac infused honey 199
90. Nag-infuse si Jasmin ng pulot 201
91. Tulsi Infused Honey 203
92. Cinnamon Infused Honey 205
93. Ginger Infused Honey 207
94. Vanilla Infused Honey 209
95. Star Anise-Infused Honey 211
96. Clove-Infused Honey 213
97. Jalapeno Infused Honey 215
98. Coriander Seed Infused Honey 217
99. Binhi ng kintsay Infused honey 219
100. Poppy seed Honey 221

KONGKLUSYON 223

PANIMULA

Maligayang pagdating sa mundo ng pulot! Sa cookbook na ito, inaanyayahan ka naming magpakasawa sa ginintuang tamis ng kahanga-hangang regalo ng kalikasan. Ang pulot ay itinatangi sa loob ng maraming siglo bilang isang natural na pampatamis at pinagmumulan ng hindi kapani-paniwalang lasa at benepisyo sa kalusugan. Ang cookbook na ito ay ang iyong pinakamahusay na gabay sa pag-unlock ng buong potensyal ng pulot sa iba't ibang masasarap na recipe, parehong matamis at malasa. Ang pulot ay hindi lamang isang kapalit ng asukal; ito ay isang culinary treasure na nagdaragdag ng lalim, pagiging kumplikado, at isang katangian ng natural na tamis sa iyong mga pagkain. Mula sa mga paborito sa almusal at nakakatukso na mga pampagana hanggang sa mga kasiya-siyang pangunahing kurso at hindi mapaglabanan na mga dessert, ipinagdiriwang ng cookbook na ito ang versatility at kayamanan ng mga likhang may pulot-pukyutan.

Sa loob ng mga page na ito, matutuklasan mo ang isang kayamanan ng mga recipe na nagpapakita ng hindi kapani-paniwalang hanay ng mga lasa at texture na maaaring dalhin ng pulot sa iyong mesa. Mula sa honey-glazed meat at roasted vegetables hanggang sa honey-infused pastry at decadent sweets, nag-curate kami ng isang koleksyon na nagha-highlight sa magkakaibang paggamit ng hindi pangkaraniwang sangkap na ito. Ang bawat recipe ay pinag-isipang ginawa upang mailabas ang pinakamahusay na natural na tamis ng pulot habang pinupunan ang iba pang lasa. Ngunit ang cookbook na ito ay higit pa sa isang compilation ng mga recipe ng pulot. Gagabayan ka namin sa iba't ibang uri at uri ng pulot, magbabahagi ng mga insight sa mga benepisyo nito sa kalusugan, at magbibigay ng mga tip sa pagpili ng pinakamahusay na kalidad ng pulot para sa iyong mga pagkain. Mahilig ka man sa pulot o bago sa pagsasama nito sa iyong pagluluto, narito kami para tulungan kang tanggapin ang kayamanan at kagalingan ng gintong elixir na ito. Kaya, kung naghahanap ka ng mas malusog na alternatibo sa pinong asukal, nag-e-explore ng mga bagong kumbinasyon ng lasa, o simpleng natutuwa sa natural na tamis ng pulot, hayaan ang "ANG PANGHULI HONEY AKLAT NG LUTUIN" na maging gabay mo. Humanda sa pagsisimula sa isang paglalakbay na magpapabago sa iyong mga culinary creation at magdadala ng esensya ng pampatamis ng kalikasan sa iyong kusina.

BREAKFAST

1. Honeycomb Toffee Bread

MGA INGREDIENTS:
- 3 tasang all-purpose na harina
- 2 kutsarita ng aktibong dry yeast
- 1 kutsarita ng asin
- 2 kutsarang pulot
- 1 tasang mainit na tubig
- ¼ tasa ng tinunaw na mantikilya
- ½ tasang durog na pulot-pukyutan (opsyonal)

MGA TAGUBILIN:
a) Sa isang malaking mangkok ng paghahalo, pagsamahin ang harina, lebadura, at asin.
b) Sa isang hiwalay na mangkok, paghaluin ang pulot at maligamgam na tubig hanggang sa matunaw ang pulot.
c) Ibuhos ang pinaghalong honey-water sa pinaghalong harina at haluing mabuti upang bumuo ng kuwarta.
d) Knead ang kuwarta sa isang bahagyang floured surface para sa mga 5-7 minuto, hanggang makinis at nababanat.
e) Ilagay ang kuwarta sa isang mangkok na may mantika, takpan ito ng malinis na tuwalya sa kusina, at hayaan itong tumaas sa isang mainit na lugar nang mga 1 oras o hanggang sa doble ang laki.
f) Painitin muna ang iyong oven sa 375°F (190°C).
g) Push down ang tumaas na kuwarta at hugis ito ng isang tinapay.
h) Ilagay ang tinapay sa isang greased loaf pan at i-brush ang tuktok ng tinunaw na mantikilya.
i) Iwiwisik ang durog na pulot-pukyutan na toffee sa ibabaw ng tinapay, idiin ito nang bahagya sa kuwarta.
j) Ihurno ang tinapay sa preheated oven sa loob ng 25-30 minuto o hanggang sa maging golden brown.
k) Alisin ang tinapay mula sa oven at hayaang lumamig sa wire rack bago hiwain at ihain.

2. Honeycomb Candy Milkshake

MGA INGREDIENTS:
- 2 tasang vanilla ice cream
- 1 tasang gatas
- ½ tasa honeycomb candy, durog
- Whipped cream para sa topping

MGA TAGUBILIN:

a) Sa isang blender, pagsamahin ang vanilla ice cream, gatas, at durog na honeycomb candy.
b) Haluin hanggang makinis at mag-atas.
c) Ibuhos ang milkshake sa isang baso.
d) Itaas ang whipped cream at karagdagang durog na honeycomb candy.
e) Tangkilikin itong mapagbigay na honeycomb candy milkshake para sa almusal.

3. Honeycomb Cereal Parfait

MGA INGREDIENTS:
- 1 tasa honeycomb cereal
- 1 tasa ng Greek yogurt
- 1 tasa ng halo-halong sariwang berry
- Honey para sa pag-ambon

MGA TAGUBILIN:
a)   Sa isang baso o garapon, i-layer ang honeycomb cereal, Greek yogurt, at halo-halong sariwang berry.
b)   Ibuhos ang pulot sa bawat layer.
c)   Ulitin ang mga layer hanggang sa magamit ang mga sangkap.
d)   Itaas na may dagdag na ambon ng pulot at ilang piraso ng butil ng pulot-pukyutan.
e)   Ihain at tikman ang malutong at matamis na pulot-pukyutan na cereal parfait.

4. Honeycomb Candy Pancake

MGA INGREDIENTS:
- 1 ½ tasang all-purpose na harina
- 2 kutsarang asukal
- 1 kutsarang baking powder
- ½ kutsarita ng asin
- 1 tasang gatas
- 1 itlog
- 2 kutsarang tinunaw na mantikilya
- ½ tasa honeycomb candy, durog
- Mantikilya o mantika para sa pagprito

MGA TAGUBILIN:

a) Sa isang mangkok ng paghahalo, pagsamahin ang harina, asukal, baking powder, at asin.

b) Sa isa pang mangkok, haluin ang gatas, itlog, tinunaw na mantikilya, at durog na pulot-pukyutan na candy.

c) Ibuhos ang mga basang sangkap sa mga tuyong sangkap at haluin hanggang sa pagsamahin lamang.

d) Magpainit ng kawaling kawali o kawali sa katamtamang init at lagyan ng mantika o mantika.

e) Ibuhos ang ¼ tasa ng batter sa griddle para sa bawat pancake.

f) Lutuin hanggang mabuo ang mga bula sa ibabaw, pagkatapos ay i-flip at lutuin hanggang mag-golden brown.

g) Ihain ang honeycomb candy pancake na may karagdagang durog na honeycomb candy at mga toppings na gusto mo.

5. Honeycomb Candy Overnight Oats

MGA INGREDIENTS:
- ½ tasang rolled oats
- ½ tasa ng gatas (pagawaan ng gatas o plant-based)
- ½ tasa ng Greek yogurt
- 1 kutsarang pulot
- ¼ tasa ng pulot-pukyutan na kendi, dinurog
- Sariwang prutas para sa topping

MGA TAGUBILIN:

a) Sa isang garapon o lalagyan, pagsamahin ang mga rolled oats, gatas, Greek yogurt, at honey.

b) Haluing mabuti para pagsamahin.

c) Iwiwisik ang dinurog na pulot-pukyutan na kendi sa pinaghalong pinaghalong.

d) Takpan ang garapon o lalagyan at palamigin magdamag.

e) Sa umaga, ihalo nang mabuti ang mga oats.

f) Ibabaw na may sariwang prutas at karagdagang durog na honeycomb candy.

g) Tangkilikin ang madali at masarap na honeycomb candy overnight oats.

6. Honeycomb Candy French Toast

MGA INGREDIENTS:
- 4 na hiwa ng tinapay
- 2 itlog
- ¼ tasa ng gatas
- ½ kutsarita vanilla extract
- Mantikilya para sa pagprito
- Honey para sa pag-ambon
- Honeycomb candy, durog

MGA TAGUBILIN:
a) Sa isang mababaw na mangkok, haluin ang mga itlog, gatas, at vanilla extract.

b) Isawsaw ang bawat hiwa ng tinapay sa pinaghalong itlog, pahiran ang magkabilang panig.

c) Mag-init ng kawali sa katamtamang init at matunaw ang ilang mantikilya.

d) Ilagay ang dipped bread slices sa kawali at lutuin hanggang mag golden brown sa bawat panig.

e) Ihain ang French toast na may isang ambon ng pulot, na binuburan ng durog na honeycomb candy.

f) Tangkilikin ang matamis at malutong na honeycomb candy French toast na ito.

7.Honeycomb Candy Yogurt Bowl

MGA INGREDIENTS:
- 1 tasa ng Greek yogurt
- 2 kutsarang pulot
- ¼ tasa ng pulot-pukyutan na kendi, dinurog
- Sariwang prutas para sa topping

MGA TAGUBILIN:
a) Sa isang mangkok, ihalo ang Greek yogurt at honey.
b) Budburan ng durog na honeycomb candy sa yogurt.
c) Itaas na may sariwang prutas.
d) Haluing mabuti at tamasahin ang masarap na honey-infused yogurt bowl na ito.

8. Honeycomb Cereal Smoothie

MGA INGREDIENTS:
- 1 hinog na saging
- 1 tasa ng frozen mixed berries
- ½ tasa honeycomb cereal
- 1 tasang gatas (pagawaan ng gatas o plant-based)
- 1 kutsarang pulot

MGA TAGUBILIN:

a) Sa isang blender, pagsamahin ang hinog na saging, frozen mixed berries, honeycomb cereal, gatas, at pulot.

b) Haluin hanggang makinis at mag-atas.

c) Ibuhos ang smoothie sa isang baso.

d) Palamutihan ng isang sprinkle ng honeycomb cereal sa itaas.

e) Tangkilikin ang honeycomb cereal smoothie na ito para sa mabilis at nakapagpapalakas na almusal.

9.Honeycomb Candy Waffles

MGA INGREDIENTS:
- 1 ½ tasang all-purpose na harina
- 2 kutsarang asukal
- 1 kutsarang baking powder
- ½ kutsarita ng asin
- 1 tasang gatas
- ¼ tasa ng langis ng gulay
- 2 itlog
- ½ kutsarita vanilla extract
- ½ tasa honeycomb candy, durog

MGA TAGUBILIN:

a) Painitin muna ang waffle iron ayon sa mga tagubilin ng gumawa.

b) Sa isang mangkok ng paghahalo, pagsamahin ang harina, asukal, baking powder, at asin.

c) Sa isa pang mangkok, haluin ang gatas, langis ng gulay, itlog, at vanilla extract.

d) Ibuhos ang mga basang sangkap sa mga tuyong sangkap at haluin hanggang sa pagsamahin lamang.

e) Haluin ang dinurog na pulot-pukyutan na kendi.

f) I-scoop ang batter sa preheated waffle iron at lutuin hanggang maging golden brown at malutong.

g) Ihain ang honeycomb candy waffles na may kasamang drizzle ng honey at extra durog na honeycomb candy.

10. Honeycomb Banana Smoothie

MGA INGREDIENTS:
- 1 frozen na saging
- 1 tasa ng almond milk (o ang gusto mong gatas)
- ¼ tasa honeycomb cereal
- 1 kutsarang pulot
- Ice cube (opsyonal)

MGA TAGUBILIN:

a) Sa isang blender, pagsamahin ang frozen na saging, almond milk, honeycomb cereal, at honey.

b) Haluin hanggang makinis at mag-atas.

c) Magdagdag ng ice cubes kung gusto at timpla muli.

d) Ibuhos ang smoothie sa isang baso.

e) Palamutihan ng isang sprinkle ng honeycomb cereal sa itaas.

f) Tangkilikin ang honeycomb cereal smoothie na ito bilang masarap at nakakabusog na inumin.

11. Honeycomb Candy Frappuccino

MGA INGREDIENTS:
- 1 tasa ng matapang na brewed na kape, pinalamig
- ½ tasa ng gatas (pagawaan ng gatas o plant-based)
- ¼ tasa ng pulot-pukyutan na kendi, dinurog
- 2 kutsarang asukal
- Yelo
- Whipped cream (opsyonal)

MGA TAGUBILIN:

a) Sa isang blender, pagsamahin ang pinalamig na kape, gatas, durog na honeycomb candy, asukal, at isang dakot ng ice cubes.

b) Haluin hanggang sa maihalo at mabula.

c) Ibuhos ang Frappuccino sa isang baso.

d) Itaas ang whipped cream at karagdagang durog na honeycomb candy kung gusto.

e) Tangkilikin ang honeycomb candy na Frappuccino bilang isang kasiya-siyang inumin.

12. Honeycomb Candy Iced Tea

MGA INGREDIENTS:
- 2 tasang brewed tea (itim o herbal), pinalamig
- ¼ tasang pulot
- ¼ tasa ng pulot-pukyutan na kendi, dinurog
- Mga hiwa ng lemon (opsyonal)

MGA TAGUBILIN:

a) Sa isang pitsel, pagsamahin ang pinalamig na brewed tea, honey, at durog na honeycomb candy.

b) Haluin hanggang matunaw ang honeycomb candy.

c) Magdagdag ng mga hiwa ng lemon kung nais para sa karagdagang lasa.

d) Punan ang mga baso ng mga ice cube at ibuhos ang pulot-pukyutan na candy iced tea sa ibabaw ng yelo.

e) Ihain at tangkilikin ang nakakapreskong honeycomb candy iced tea sa isang mainit na araw.

13. Honeycomb Candy Latte

MGA INGREDIENTS:
- 1 shot ng espresso (o matapang na timplang kape)
- 1 tasang gatas (pagawaan ng gatas o plant-based)
- 2 kutsarang pulot
- ¼ tasa ng pulot-pukyutan na kendi, dinurog
- Cocoa powder o cinnamon para sa pag-aalis ng alikabok (opsyonal)

MGA TAGUBILIN:

a) Sa isang kasirola, init ang gatas at pulot sa katamtamang apoy hanggang sa mainit ngunit hindi kumukulo.

b) I-froth ang gatas gamit ang frother o whisk hanggang sa maging creamy ito.

c) Ibuhos ang espresso o kape sa isang mug.

d) Idagdag ang mainit na pinaghalong gatas sa mug, dahan-dahang ihalo.

e) Budburan ng durog na honeycomb candy sa ibabaw.

f) Alikabok ng cocoa powder o cinnamon kung gusto.

g) Tangkilikin ang honeycomb candy latte na ito bilang isang nakakaaliw at masarap na inumin.

14. Honeycomb Candy Milk Tea

MGA INGREDIENTS:
- ½ tasang tapioca pearls (boba)
- 2 tasang tubig
- ¼ tasa honeycomb candy, dinurog sa maliliit na piraso
- Ang iyong piniling tsaa (black tea, green tea, o anumang iba pang lasa)
- Gatas o hindi pagawaan ng gatas na alternatibo
- Pangpatamis (opsyonal)
- Yelo

MGA TAGUBILIN:

a) Magluto ng tapioca pearls (boba) ayon sa mga tagubilin sa pakete. Karaniwan, kakailanganin mong pakuluan ang isang palayok ng tubig, idagdag ang boba pearls, at lutuin hanggang sa lumambot at ngumunguya. Patuyuin at banlawan ang mga nilutong perlas na may malamig na tubig.

b) Sa isang baso, ilagay ang durog na honeycomb candy sa ibaba.

c) Ihanda ang iyong napiling tsaa sa pamamagitan ng paggawa nito ayon sa mga tagubilin sa pakete. Maaari mo itong gawing mainit o malamig, depende sa iyong kagustuhan.

d) Kapag handa na ang tsaa, ibuhos ito sa durog na honeycomb candy sa baso.

e) Idagdag ang nilutong tapioca pearls (boba) sa baso.

f) Kung ninanais, magdagdag ng pampatamis sa tsaa at haluin hanggang sa matunaw ito.

g) Magdagdag ng gatas o isang alternatibong non-dairy sa baso, na nag-iiwan ng kaunting espasyo sa itaas para sa yelo.

h) Malumanay na haluin ang timpla upang pagsamahin ang lahat ng sangkap.

i) Magdagdag ng mga ice cube upang palamigin ang inumin at bigyan ito ng nakakapreskong hawakan.

j) Maglagay ng malaking straw o boba straw sa baso, na nagbibigay-daan sa iyo upang tamasahin ang honeycomb candy at boba pearls nang magkasama habang hinihigop ang inumin.

k) Bigyan ang inumin ng panghuling paghalo, at handa na itong tangkilikin!

15. Honeycomb Candy Hot Chocolate

MGA INGREDIENTS:
- 2 tasang gatas (pagawaan ng gatas o plant-based)
- 2 kutsarang cocoa powder
- 2 kutsarang asukal
- ¼ tasa ng pulot-pukyutan na kendi, dinurog
- Whipped cream at chocolate shavings para sa topping (opsyonal)

MGA TAGUBILIN:

a) Sa isang kasirola, initin ang gatas sa katamtamang apoy hanggang sa mainit ngunit hindi kumukulo.

b) Haluin ang cocoa powder at asukal hanggang sa maayos at makinis.

c) Idagdag ang durog na honeycomb candy sa mainit na pinaghalong tsokolate.

d) Ipagpatuloy ang init at haluin hanggang matunaw ang honeycomb candy.

e) Ibuhos ang mainit na tsokolate sa mga mug.

f) Ibabaw na may whipped cream at chocolate shavings kung ninanais.

g) I-enjoy itong mayaman at dekadenteng honeycomb candy hot chocolate sa isang malamig na araw.

16. Gatas ng Honeycomb Cereal

MGA INGREDIENTS:
- 2 tasang gatas (pagawaan ng gatas o plant-based)
- 1 tasa honeycomb cereal

MGA TAGUBILIN:

a) Ibuhos ang gatas sa isang mangkok.
b) Idagdag ang honeycomb cereal sa gatas.
c) Malumanay na haluin upang ihalo ang cereal sa gatas.
d) Hayaang umupo ang pinaghalong mga 10 minuto, na nagpapahintulot sa cereal na ma-infuse ang gatas na may lasa.
e) Salain ang gatas upang alisin ang mga solidong cereal, kung ninanais.
f) Ihain ang honeycomb cereal milk na pinalamig o sa ibabaw ng yelo.
g) Tangkilikin ang nostalhik at matamis na honeycomb cereal milk bilang isang masarap na inumin.

MGA APETIZER

17.Pistachio At Honey Chevre Log

MGA INGREDIENTS:
- 1 log (10 ounces, o 280 g) ng chevre goat cheese
- 1/4 tasa (85 g) pulot
- 2 kutsara (40 g) fig jam
- 1/8 hanggang 1/4 tasa (15 hanggang 31 g) na may kabibi, tinadtad na pistachios
- Serving plate
- Maliit na mangkok na ligtas sa microwave
- kutsara

MGA TAGUBILIN:
a) Ilagay ang chevre cheese log sa serving dish.
b) Painitin ang pulot at jam sa isang maliit na mangkok sa microwave hanggang sa matunaw ang mga preserve at madaling pagsamahin ang pulot at jam.
c) Ibuhos ang pinaghalong honey-jam sa ibabaw ng goat cheese log at budburan ng tinadtad na pistachios.
d) Ihain kasama ng crackers o crusty bread.

18.Rustic Dutch Oven Bread

MGA INGREDIENTS:
PRE-FERMENT:
- 1 tasa (235 ml) malamig hanggang maligamgam na tubig (90°F hanggang 100°F [32°C hanggang 38°C])
- 1/2 kutsarita aktibong dry yeast
- 11/4 tasa (171 g) harina ng tinapay
- 1/4 tasa (31 g) all-purpose flour o whole wheat flour
- Malaking mangkok
- Kutsarang yari sa kahoy
- Plastic wrap

DOUGH:
- Pre-ferment mula sa itaas
- 1 tasa (235 ml) ng tubig (100°F hanggang 115°F [38°C hanggang 46°C])
- 3/4 kutsarita aktibong dry yeast
- 2 kutsara (40 g) pulot
- 31/2 hanggang 4 na tasa (480 hanggang 548 g) na harina ng tinapay
- 2 kutsarita ng asin, o panlasa
- Plastic wrap
- Cornmeal o harina
- Parchment paper
- Dutch oven
- Matalas na kutsilyo

MGA TAGUBILIN:
a) Upang gawin ang pre-ferment, haluin ang lahat ng pre-ferment na sangkap upang makagawa ng makapal, basang timpla. Takpan ng plastic wrap at hayaang magpahinga ng hindi bababa sa 2 oras. Para sa pinakamahusay na lasa, hayaan ang starter na magpahinga nang mas matagal o magdamag.

b) Upang gawin ang kuwarta, haluin ang pre-ferment gamit ang isang kutsara at pagkatapos ay idagdag ang tubig, lebadura, pulot, 31/2 tasa (480 g) ng harina, at asin. Paghaluin o masahin ang kuwarta, hanggang sa ang lahat ng mga sangkap ay pinagsama. Ang kuwarta ay dapat na bahagyang balbon, magulo na kuwarta. Takpan ng tuwalya o plastic wrap at hayaang magpahinga ng 30 minuto upang masipsip ng harina ang tubig at pagkatapos ay masahin muli. Dapat ngayon ay mas cohesive at medyo makinis. Masahin ang kuwarta, magdagdag ng higit pang harina kung kinakailangan, upang makagawa ng malambot na kuwarta.

c) Ilagay ang kuwarta sa isang mangkok na bahagyang may mantika, takpan ng bahagyang greased na plastic wrap, at hayaan itong tumaas hanggang halos dumoble sa isang malamig na lugar o sa refrigerator.

d) Maingat na gawin ang kuwarta sa isang malaking tinapay, subukang huwag ganap na i-deflate ang kuwarta. Alikabok ang isang piraso ng parchment paper na may cornmeal o harina. Dahan-dahang ilagay ang kuwarta sa parchment paper, tahiin ang gilid pababa, at takpan ng greased plastic wrap. Hayaang tumaas sa isang mainit na lugar hanggang sa tumaas ito ng 50 porsiyento o higit pa.

e) Ilagay ang Dutch oven sa loob ng oven at painitin ang dalawa sa 425°F (220°C, o gas mark 7). Ang palayok ay maaaring tumagal nang kaunti upang uminit kaysa sa oven mismo.

f) Kapag handa na ang kuwarta, alisin ang palayok mula sa oven. Kunin ang papel na parchment at masa at ilagay ito nang direkta sa palayok. Hiwain o i-cross-hatch ang tinapay gamit ang isang matalim na kutsilyo. Takpan ang palayok gamit ang takip at ilagay sa oven.

g) Agad na bawasan ang init sa 375°F (190°C, o gas mark 5) at maghurno ng 30 minuto. Alisin ang takip at maghurno ng karagdagang 20 hanggang 30 minuto o hanggang sa maluto ang tinapay. Ang panloob na temperatura ay dapat na hindi bababa sa 190°F (88°C). Alisin ang tinapay mula sa Dutch oven at ilagay sa wire rack upang lumamig. Pigilan ang pagnanais na hiwain ang tinapay habang ito ay mainit pa. Ang tinapay ay pinakamahusay na tinatangkilik sariwa ngunit cool. Ito ay mananatili sa loob ng ilang araw sa isang plastic bag.

19. Honey Butter

MGA INGREDIENTS:
- 1 libra (455 g) mantikilya
- 1/4 tasa (85 g) pulot
- kutsilyo
- Katamtamang mangkok
- Panghalo
- Parchment paper o plastic wrap

MGA TAGUBILIN:

a) Gupitin ang mantikilya sa mga tipak at idagdag sa mangkok. Paghaluin ang mantikilya gamit ang mixer sa mababang bilis hanggang sa lumuwag ito at madaling magawa.

b) Idagdag ang pulot at ihalo sa katamtamang bilis hanggang sa mahusay na pinagsama.

c) Kutsara sa parchment paper o plastic wrap upang bumuo ng log at palamigin ng ilang oras o hanggang kailanganin.

d) Gawing espesyal ang honey butter sa pamamagitan ng pagdaragdag ng 1/2 kutsarita ng ground cinnamon at 1/2 kutsarita ng vanilla extract kasama ng pulot.

20. Basil Honey Ricotta Tartine

MGA INGREDIENTS:
- 1 tinapay ng crusty sourdough bread, gupitin sa 3/4- hanggang 1- pulgada (2 hanggang 2.5 cm) na mga hiwa
- 1 tasa (250 g) buong gatas na ricotta
- 2 lemon, nilagyan ng zested
- 1 tasa (24 g) matamis na basil, mas malalaking dahon na tinadtad
- 1 malaking sibuyas ng bawang, binalatan
- 1/2 hanggang 1 tasa (170 hanggang 340 g) banayad na pulot
- Microplane o zester para sa mga limon
- Grill pan o grill para mag-toast ng tinapay

MGA TAGUBILIN:

a) I-toast ang mga hiwa ng tinapay sa isang grill o sa ibabaw ng kalan sa isang grill pan para sa mga 2 minuto bawat gilid. Ang mga ibabaw ng tinapay ay dapat i-toast sa isang light to medium brown.

b) Ipahid ang bawang sa isang gilid ng toasted bread.

c) Ikalat ang isang layer ng ricotta sa tinapay, idagdag ang basil, at dust ang mga hiwa ng tinapay na may lemon zest.

d) Bago ihain, ibuhos ang pulot sa ibabaw. Uminom kaagad.

21. Mga Honeycomb Crunchie Bar

MGA INGREDIENTS:
- 4 na tasang pulot-pukyutan na cereal
- 2 tasang gatas na tsokolate chips
- ¼ tasang mantikilya

MGA TAGUBILIN:
a) Lalagyan ng parchment paper ang baking dish o tray.
b) Sa isang malaking mixing bowl, dahan-dahang durugin ang honeycomb cereal, mag-iwan ng mas malalaking piraso para sa texture.
c) Sa isang mangkok na ligtas sa microwave, tunawin ang mga tsokolate chips at mantikilya nang magkasama sa maikling pagitan, paghahalo sa pagitan, hanggang sa makinis at ganap na matunaw.
d) Ibuhos ang natunaw na tsokolate na pinaghalong sa ibabaw ng dinurog na cereal at haluin hanggang mabalot ang lahat ng cereal.
e) Ilipat ang timpla sa inihandang baking dish at pindutin ito nang mahigpit gamit ang likod ng kutsara o spatula.
f) Ilagay ang ulam sa refrigerator ng mga 1 oras o hanggang sa mamuo ang tsokolate.
g) Kapag ang mga bar ay matatag, alisin ang mga ito mula sa ulam at gupitin ang mga ito sa nais na laki.
h) Ihain at tamasahin ang mga honeycomb crunchie bar.

22. Mga Honeycomb Cereal Bar

MGA INGREDIENTS:
- 3 tasa honeycomb cereal
- 2 tasang mini marshmallow
- 3 kutsarang mantikilya
- ¼ tasang pulot
- ¼ tasa ng pulot-pukyutan na kendi, dinurog

MGA TAGUBILIN:

a) Sa isang malaking mangkok, pagsamahin ang honeycomb cereal at durog na honeycomb candy. Itabi.

b) Sa isang kasirola, matunaw ang mantikilya sa mababang init.

c) Idagdag ang mini marshmallow sa tinunaw na mantikilya at haluin hanggang sa ganap na matunaw at makinis.

d) Alisin ang kasirola mula sa apoy at ihalo ang pulot.

e) Ibuhos ang marshmallow mixture sa honeycomb cereal mixture at haluin hanggang mabalot ng mabuti.

f) Pindutin nang mahigpit ang pinaghalong sa isang greased baking dish.

g) Budburan ang tuktok ng karagdagang durog na honeycomb candy.

h) Hayaang lumamig at itakda ang mga bar bago hiwain ang mga ito sa mga parisukat.

i) Tangkilikin ang mga nakakatuwang honeycomb cereal bar na ito para sa almusal habang naglalakbay.

23. Mga Honeycomb Cookie Bar

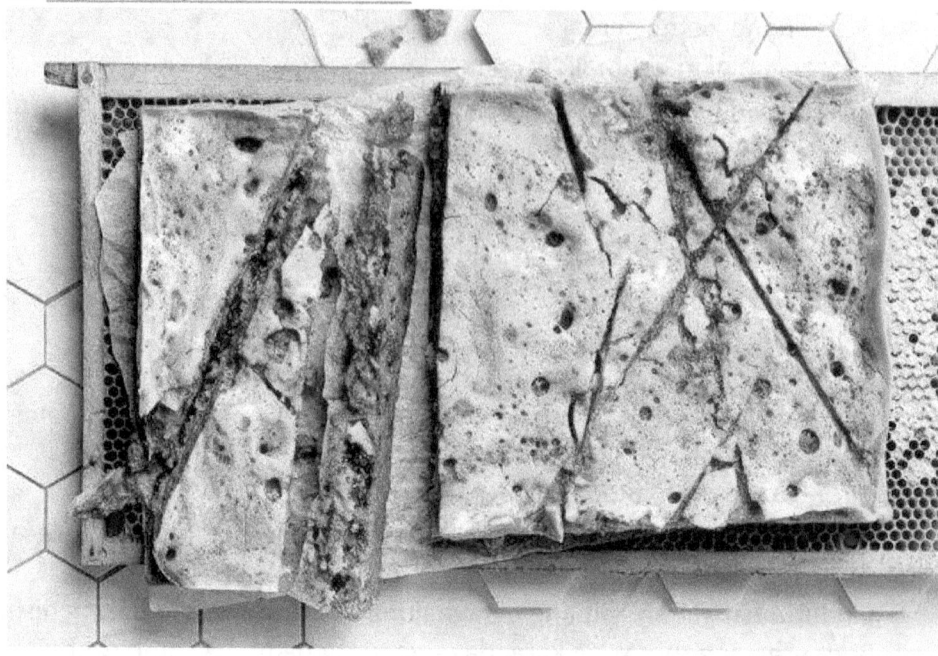

MGA INGREDIENTS:
- 1 ½ tasang all-purpose na harina
- ½ kutsarita ng baking powder
- ¼ kutsarita ng asin
- ½ tasang unsalted butter, pinalambot
- ¾ tasa ng butil na asukal
- ¼ tasang pulot
- 1 kutsarita vanilla extract
- 1 malaking itlog
- 1 tasang durog na honeycomb candy

MGA TAGUBILIN:

a) Painitin muna ang iyong oven sa 350°F (175°C) at lagyan ng mantika ang isang 9x9-inch na baking dish.

b) Sa isang medium bowl, haluin ang harina, baking powder, at asin. Itabi.

c) Sa isang hiwalay na malaking mangkok, pagsamahin ang pinalambot na mantikilya, asukal, pulot, at vanilla extract hanggang sa magaan at malambot.

d) Talunin ang itlog hanggang sa mahusay na pinagsama.

e) Dahan-dahang idagdag ang mga tuyong sangkap sa mga basang sangkap, paghahalo hanggang sa pagsamahin lamang.

f) Tiklupin ang dinurog na pulot-pukyutan na kendi, magreserba ng kaunting halaga para sa topping.

g) Ikalat ang cookie dough nang pantay-pantay sa inihandang baking dish at iwiwisik ang natitirang durog na honeycomb candy sa ibabaw.

h) Maghurno ng 25-30 minuto o hanggang maging golden brown ang mga gilid.

i) Alisin sa oven at hayaang lumamig nang lubusan bago hiwain sa mga bar.

24. Honeycomb Candy Bark

MGA INGREDIENTS:
- 12 ounces maitim na tsokolate, natunaw
- 1 tasang durog na honeycomb candy
- ¼ tasa tinadtad na mani (opsyonal)

MGA TAGUBILIN:

a) Iguhit ang isang baking sheet na may parchment paper.

b) Ikalat ang tinunaw na dark chocolate nang pantay-pantay sa parchment paper.

c) Iwiwisik ang dinurog na pulot-pukyutan na kendi at tinadtad na mani (kung ginagamit) sa ibabaw ng tsokolate.

d) Ilagay ang baking sheet sa refrigerator para sa mga 30 minuto o hanggang sa maitakda ang tsokolate.

e) Kapag naitakda, hatiin ang balat at ihain.

25. Honeycomb Energy Ball Bites

MGA INGREDIENTS:
- 1 tasang pitted date
- ½ tasang almond butter
- ¼ tasang pulot
- ½ kutsarita vanilla extract
- ¼ kutsarita ng asin
- 1 tasang rolled oats
- ¼ tasa ng dinurog na pulot-pukyutan na kendi
- ¼ tasa tinadtad na niyog (opsyonal, para sa rolling)

MGA TAGUBILIN:

a) Sa isang food processor, pagsamahin ang mga petsa, almond butter, honey, vanilla extract, at asin. Iproseso hanggang makinis.

b) Idagdag ang rolled oats at durog na honeycomb candy sa food processor. Pulse ng ilang beses upang isama ang mga sangkap.

c) I-scoop ang mga bahagi ng pinaghalong laki ng kutsara at igulong ang mga ito sa mga bola gamit ang iyong mga kamay.

d) Kung ninanais, igulong ang mga kagat ng bola ng enerhiya sa ginutay-gutay na niyog para sa dagdag na layer ng lasa at texture.

e) Ilagay ang mga kagat ng energy ball sa isang baking sheet na nilagyan ng parchment paper at palamigin nang hindi bababa sa 30 minuto upang matigas.

f) Iimbak ang mga kagat ng bola ng enerhiya ng pulot-pukyutan sa isang lalagyan ng airtight sa refrigerator.

26. Honeycomb Candy Popcorn

MGA INGREDIENTS:
- 8 tasa ng popcorn
- ½ tasang pulot
- ¼ tasang mantikilya
- ½ kutsarita vanilla extract
- ½ tasang dinurog na honeycomb candy

MGA TAGUBILIN:

a) Sa isang maliit na kasirola, tunawin ang pulot at mantikilya nang magkasama sa katamtamang init.

b) Ihalo ang vanilla extract.

c) Ilagay ang popcorn sa isang malaking mangkok at ibuhos ang pinaghalong pulot sa ibabaw nito.

d) Ihagis nang dahan-dahan ang popcorn para pantay-pantay itong balutin.

e) Iwiwisik ang dinurog na honeycomb candy sa popcorn at ihagis muli.

f) Hayaang lumamig ang popcorn at tumigas ang pinaghalong pulot bago ihain.

27. Honeycomb Cereal Snack Mix

MGA INGREDIENTS:
- 2 tasang pulot-pukyutan na cereal
- 1 tasang pretzel
- ½ tasa honeycomb candy, durog
- ¼ tasa ng inihaw na mani o almond
- ¼ tasa ng pinatuyong cranberry o pasas
- ¼ tasa puting tsokolate chips (opsyonal)

MGA TAGUBILIN:

a) Sa isang malaking mangkok, pagsamahin ang honeycomb cereal, pretzels, durog na honeycomb candy, roasted peanuts o almonds, dried cranberries o raisins, at white chocolate chips (kung ginagamit).

b) Paghaluin ang mga sangkap hanggang sa maihalo.

c) Ilipat ang pinaghalong meryenda sa isang lalagyan ng airtight o mga indibidwal na snack bag.

d) Tangkilikin ang matamis at maalat na honeycomb cereal snack mix on the go o bilang isang mabilis na meryenda.

28. Honeycomb Candy Dip

MGA INGREDIENTS:
- 8 ounces ng cream cheese, pinalambot
- ½ tasang may pulbos na asukal
- ¼ tasang pulot
- ¼ tasa ng pulot-pukyutan na kendi, dinurog
- Mga hiwa ng mansanas, pretzel, o graham crackers para sa paglubog

MGA TAGUBILIN:

a) Sa isang mixing bowl, talunin ang cream cheese hanggang makinis.

b) Dahan-dahang idagdag ang powdered sugar at honey, paghaluin hanggang sa maayos na pagsamahin.

c) Tiklupin ang dinurog na honeycomb candy.

d) Ilipat ang sawsaw sa isang serving bowl.

e) Ihain ang honeycomb candy dip na may mga hiwa ng mansanas, pretzels, o graham crackers para sa isang masarap na meryenda.

29. Honeycomb Yogurt Parfait

MGA INGREDIENTS:
- 1 tasa ng Greek yogurt
- 2 kutsarang pulot
- ¼ tasa ng dinurog na pulot-pukyutan na kendi
- ¼ tasa ng granola
- Mga sariwang berry para sa topping (opsyonal)

MGA TAGUBILIN:

a) Sa isang mangkok, paghaluin ang Greek yogurt at honey hanggang sa maayos na pinagsama.

b) Ilagay ang honey yogurt, durog na honeycomb candy, at granola sa isang baso o garapon.

c) Ulitin ang mga layer hanggang magamit ang lahat ng sangkap.

d) Itaas ang mga sariwang berry kung ninanais.

e) Ihain kaagad ang honeycomb yogurt parfait o palamigin hanggang handa nang tamasahin.

30. Honeycomb Candy Granola

MGA INGREDIENTS:
- 3 tasang makalumang oats
- 1 tasang tinadtad na mani (hal., almond, walnuts, pecans)
- ¼ tasang pulot
- 2 kutsarang langis ng niyog, natunaw
- 1 kutsarita vanilla extract
- ¼ kutsarita ng asin
- ½ tasa ng pinatuyong prutas (hal., mga pasas, cranberry, tinadtad na mga aprikot)
- ¼ tasa ng dinurog na pulot-pukyutan na kendi

MGA TAGUBILIN:

a) Painitin muna ang iyong oven sa 325°F (165°C) at lagyan ng parchment paper ang isang baking sheet.

b) Sa isang malaking mangkok, pagsamahin ang mga oats, tinadtad na mani, pulot, tinunaw na langis ng niyog, vanilla extract, at asin. Haluin hanggang mabalot ng mabuti ang lahat ng sangkap.

c) Ikalat ang pinaghalong pantay-pantay sa inihandang baking sheet.

d) Maghurno sa preheated oven sa loob ng 20-25 minuto, pagpapakilos ng isang beses o dalawang beses, hanggang sa ang granola ay maging ginintuang kayumanggi at toasted.

e) Alisin ang baking sheet mula sa oven at hayaang ganap na lumamig ang granola.

f) Kapag lumamig, haluin ang pinatuyong prutas at durog na honeycomb candy.

g) Iimbak ang pulot-pukyutan sa isang lalagyan ng airtight sa temperatura ng silid nang hanggang 2 linggo.

MGA DESSERTS

31. Cannelé Bordelais

MGA INGREDIENTS:
BATTER:
- 2 tasa (475 ml) buong gatas
- 11/2 ounces (42 g) unsalted butter
- 1 vanilla bean, nahati sa mga buto na nasimot
- 3/4 tasa (150 g) ng asukal
- 3/4 tasa (94 g) na harina
- 1/4 kutsarita ng asin
- 2 malalaking itlog
- 2 malaking pula ng itlog
- 1/4 tasa (60 ml) madilim na rum

MOLD GREASE:
- 1 kutsara (14 g) beeswax
- 1 kutsara (14 g) unsalted butter
- Maliit na kasirola
- Katamtamang mangkok
- Maliit na mangkok
- Kutsarang yari sa kahoy
- Lalagyan na may takip na hindi tinatagusan ng hangin
- Mga hulma ng Cannelé (alinman sa tanso, aluminyo, o silcone)
- Maliit, hindi tinatablan ng init na lalagyan
- Malinis na brush para sa grasa ng amag
- Baking sheet

MGA TAGUBILIN:
a) Init ang gatas, mantikilya, at vanilla bean at mga buto sa isang kasirola sa katamtamang init hanggang sa matunaw ang mantikilya at ito ay nasa mababang kumulo. Alisin mula sa init at hayaang lumamig nang kaunti. Alisin ang vanilla bean.

b) Sa isang medium na mangkok, paghaluin ang asukal, harina, at asin. Itabi.

c) Sa isang maliit na mangkok, haluin ang mga itlog at pula ng itlog, mag-ingat na huwag magsama ng masyadong maraming hangin. Palamigin ang mga itlog sa pamamagitan ng pagdaragdag ng maliit na halaga ng mainit na gatas sa mga itlog at pagpapakilos bago magdagdag ng mas maraming gatas. Ang ideya ay upang taasan ang temperatura ng mga itlog nang hindi niluluto ang mga ito. Kapag halos kalahati ng gatas ay hinalo sa mga itlog, idagdag ang natitirang gatas at pinaghalong itlog sa pinaghalong asukal at harina. Haluin lang ng sapat para maisama. Idagdag ang rum at ibuhos ang timpla sa isang lalagyan ng airtight at palamigin.

d) Iwanan ang pinaghalong magpahinga sa refrigerator para sa hindi bababa sa 2 buong araw, pagpapakilos paminsan-minsan. Hayaang dumating sa temperatura ng silid sa loob ng isang oras bago maghurno.

e) Ang recipe na ito ay ang perpektong starter recipe. Nagdaragdag ako ng orange zest sa gatas kapag ginawa ko ang minahan, ngunit lahat ng uri ng lasa ay maaaring idagdag upang sabunutan ang recipe. Subukan ang ilang lavender blossoms, star anise, o kahit na kape.

f) Kapag handa nang maghurno, painitin muna ang oven sa 475°F (240°C, o gas mark 9) at ihanda ang mga hulma.

g) Una, tunawin ang beeswax at mantikilya sa isang maliit, hindi tinatablan ng init na lalagyan. Upang lagyan ng takip ang mga hulma, painitin nang bahagya ang mga hulma. I-brush ang beeswax/butter mixture sa manipis na layer sa loob ng molds at i-pop sa freezer para lumamig.

h) Ilagay ang mga hulma sa isang baking sheet, na nagbibigay-daan sa maraming hangin sa paligid ng bawat amag. Ihalo ang batter at ibuhos sa naghihintay na mga hulma. Punan ang mga hulma ng halos 3/4 na puno.

i) Kapag mainit na ang oven, maingat na ilipat ang baking sheet sa oven at agad na ibaba ang temperatura sa 425°F (220°C, o gas mark 7).

j) Maghurno ng 15 minuto. Ibaba ang baking temperature sa 375°F (190°, o gas mark 5) sa loob ng isa pang oras o higit pa.

k) Maghurno hanggang sa katamtaman hanggang madilim na kayumanggi ang labas (ngunit hindi nasunog). Ilabas ang baking sheet sa oven at hayaang magpahinga ang Cannelé ng 10 minuto bago ilabas ang mga ito sa isang cooling rack.

32. Mga Cake ng Honey Citrus Tea

MGA INGREDIENTS:
- 2 tasa (260 g) + 2 kutsara (16 g) all-purpose na harina
- 21/4 kutsarita ng baking powder
- 1/2 kutsarita ng asin
- Bagong gadgad na zest at katas ng 2 dugong dalandan
- Bagong gadgad na zest at juice ng 1/2 ng lemon
- 4 malalaking itlog, sa temperatura ng kuwarto
- 1/2 tasa (170 g) pulot
- 3/4 tasa (175 ml) banayad na extra virgin olive oil
- 1/2 tasa (120 ml) ng gatas
- Kudkuran
- Citrus juicer
- 8-pulgada (23 cm) na kawali ng tinapay
- Parchment paper
- Maliit na mangkok
- Katamtamang mangkok
- Bati
- Kutsarang yari sa kahoy

MGA TAGUBILIN:

a) Painitin muna ang oven sa 350°F (180°C, o gas mark 4). Lagyan ng isang piraso ng parchment paper ang isang loaf pan na may sapat na haba upang isabit sa mga gilid (ito ay gumaganap ng hawakan upang madaling maiangat ang inihurnong tinapay mula sa kawali).

b) Sa isang maliit na mangkok, haluin ang harina, baking powder, asin, blood orange zest, at lemon zest.

c) Sa isang katamtamang mangkok, haluin ang mga itlog, pulot, langis ng oliba, at orange ng dugo at lemon juice. Haluin nang malakas hanggang makinis at walang mga bukol. Pagsamahin ang gatas at ang pinaghalong harina at haluin hanggang sa mahalo lamang at walang makikitang mga bukol ng harina.

d) I-scrape ang batter sa inihandang loaf pan. Maghurno ng 50 minuto o hanggang sa maging malalim na ginintuang kulay at bumalik ang cake kapag marahang tinapik ng iyong daliri.

e) Hayaang lumamig nang lubusan ang cake bago hiwain. I-wrap nang mahigpit ang anumang natitirang cake sa parchment paper at mag-enjoy sa loob ng 2 araw.

33. Mango Shrikhand

MGA INGREDIENTS:
- 3/4 tasa (180 g) strained yogurt (humigit-kumulang 2 tasa [460 g] na walang strain)
- 1 hanggang 2 kutsara (15 hanggang 28 ml) na gatas
- Saffron, ilang mga sinulid, durog
- 1/4 cup (85 g) honey (kung ang mangga ay sobrang matamis, magsimula sa mas kaunti)
- 1/4 kutsarita green cardamom powder
- 1/4 hanggang 1/2 tasa (62 hanggang 125 g) mangga puree
- 6 hanggang 8 pistachio (o iba pang mga mani gaya ng, almond o cashews) tinadtad ng pinong, opsyonal
- Katamtamang mangkok
- Maliit na mangkok (ligtas sa microwave)
- Kutsarang yari sa kahoy

MGA TAGUBILIN:
a) Ibuhos ang strained yogurt sa isang medium bowl at itabi.
b) Ibuhos ang gatas sa isang maliit, microwave-safe na mangkok at magpainit sa temperatura na humigit-kumulang 120°F (49°C). Idagdag ang safron at ihalo. Habang mainit pa, idagdag ang pulot at haluin upang pagsamahin. Ang init ng gatas ay dapat makatulong upang mapahina ang pulot, na nagbibigay-daan sa paghahalo nito sa malamig na yogurt.
c) Idagdag ang pinaghalong gatas at pulot, cardamom powder, at mangga puree sa strained yogurt. Haluin nang malumanay hanggang sa ito ay ganap na halo-halong.
d) Kutsara ang timpla sa mga pagkaing panghimagas at palamigin. Kung ninanais, itaas ang mga tinadtad na mani bago ito ihain. Pinakamahusay na tinatangkilik sa loob ng isang araw o dalawa.

34. Chunky Buckwheat Granola

MGA INGREDIENTS:
- 3 tasa (240 g) rolled oats (gluten-free kung kinakailangan)
- 1 tasa (240 g) bakwit
- 11/2 tasa (90 g) coconut flakes
- 1/4 tasa (52 g) mga buto ng chia
- 1/4 tasa (36 g) asukal sa niyog
- 1 tasa (135 g) hazelnuts (Masarap din ang mga walnut.)
- 1/3 tasa (75 g) langis ng niyog
- 1/3 tasa (115 g) pulot
- 1 kutsarita vanilla extract
- 1/2 kutsarita fine grain sea salt
- 1/2 tasa (40 g) cocoa powder (organic, fair-trade kung maaari)
- 2 hanggang 3 puti ng itlog (opsyonal)
- Malaking mangkok
- kutsilyo
- Sangkalan
- Maliit na kasirola
- Kutsarang yari sa kahoy
- Maliit na mangkok
- Bati
- Spatula
- Baking sheet
- Parchment paper

MGA TAGUBILIN:
a) Painitin muna ang oven sa 350°F (180°C, o gas mark 4).
b) Sa isang malaking mangkok, pagsamahin ang mga oats, buckwheat, coconut flakes, chia seeds, at coconut sugar. Hugasan ang mga mani at idagdag ang mga ito sa halo.
c) Sa isang maliit na kasirola sa mababang init, tunawin ang langis ng niyog. Idagdag ang honey, vanilla, asin, at cocoa powder. Haluin upang pagsamahin hanggang makinis.
d) Talunin ang mga puti ng itlog sa isang maliit na mangkok hanggang sa malambot.
e) Ibuhos ang pinaghalong pulot/langis sa mga tuyong sangkap at tiklupin gamit ang isang kutsara upang ganap at pantay-pantay. Idagdag ang whipped egg whites at ihalo nang maigi.

f) Ikalat ang pinaghalong sa isang pantay na layer sa isang may linya na baking sheet at pindutin nang mahigpit gamit ang likod ng isang spatula upang matiyak na ang timpla ay siksik. Maghurno ng 15 hanggang 20 minuto.

g) Alisin mula sa oven, i-flip ang granola sa malalaking tipak, at ilagay muli sa oven upang maghurno para sa isa pang 10 minuto, pagpapakilos bawat 3 hanggang 4 na minuto hanggang sa maluto at mabango.

h) Ang isa pang magandang paraan upang masubukan ito ay sa pamamagitan ng pagtikim ng hazelnut, na pinakamatagal upang maluto- dapat itong lasa ng nutty at kaaya-ayang inihaw. Mag-imbak ng granola sa isang lalagyan ng airtight nang hanggang ilang buwan.

35. Honey Ice Cream

MGA INGREDIENTS:
- 11/2 tasa (355 ml) mabigat na cream
- 11/2 tasa (355 ml) buong gatas
- 1/3 tasa (115 g) buckwheat honey o bahagyang higit pa sa mild-flavor honey
- 5 malalaking pula ng itlog
- Kurot ng asin
- 1/2 kutsarita vanilla extract
- Katamtamang kasirola
- Kutsarang yari sa kahoy
- Katamtamang mangkok
- Bati
- Fine-mesh strainer
- Malinis na mangkok
- Pangbalot ng pagkain
- Tagagawa ng ice cream
- Lalagyan ng mahigpit na selyado para sa tapos na ice cream

MGA TAGUBILIN:

a) Ilagay ang lalagyan kung saan plano mong iimbak ang natapos na ice cream sa freezer upang palamig. Sa isang katamtamang kasirola, pagsamahin ang cream, gatas, at pulot. Painitin sa katamtamang apoy hanggang sa bahagyang kumulo, madalas na pagpapakilos. Alisin mula sa init at takpan. Itabi.

b) Sa isang medium na mangkok, haluin ang mga pula ng itlog. Palamigin ang mga pula ng itlog sa pamamagitan ng dahan-dahang pagbuhos ng ilan sa mainit na cream sa mga yolks habang hinahalo upang tumaas ang temperatura at hindi maluto ang mga pula ng itlog. Pagkatapos, ibuhos muli ang lahat sa kasirola.

c) Init ang pinaghalong sa katamtamang init, patuloy na pagpapakilos at kuskusin ang ilalim habang hinahalo mo. Habang umiinit ang custard, ihalo ang asin at vanilla extract. Dahan-dahang lutuin hanggang sa lumapot nang sapat ang timpla para mabalutan ang likod ng kahoy na kutsara, mga 4 na minuto.

d) Ibuhos ang custard sa pamamagitan ng isang fine-mesh strainer sa isang malinis na mangkok. Ilagay ang mangkok sa isang ice bath at pukawin ang custard paminsan-minsan hanggang sa lumamig, mga 20 minuto. Takpan at palamigin nang hindi bababa sa 3 oras o magdamag.

e) Ibuhos ang pinalamig na custard sa gumagawa ng ice cream at sundin ang mga tagubilin ng gumawa.

f) Matapos maabot ng ice cream ang ninanais na pagkakapare-pareho, i-scrape ito sa pre-pinalamig na lalagyan, takpan, at ilagay sa freezer.

36. Beeswax Ice Cream

MGA INGREDIENTS:
- 2 tasa (475 ml) mabigat na cream
- 1 tasa (235 ml) buong gatas
- 1/3 tasa (115 g) buckwheat honey o bahagyang higit pa sa mild-flavor honey
- 7 malalaking pula ng itlog
- Kurot ng asin
- 1/2 kutsarita vanilla extract
- 1/2 tasa (115 g) beeswax, natunaw
- Katamtamang kasirola
- Kutsarang yari sa kahoy
- Katamtamang mangkok
- Bati
- Blender
- Fine-mesh strainer
- Malinis na mangkok
- Pangbalot ng pagkain
- Tagagawa ng ice cream
- Lalagyan ng mahigpit na selyado para sa tapos na ice cream

MGA TAGUBILIN:

a) Ilagay ang lalagyan kung saan plano mong iimbak ang natapos na ice cream sa freezer upang palamig. Sa isang katamtamang kasirola, pagsamahin ang cream, gatas, at pulot. Painitin sa katamtamang apoy hanggang sa bahagyang kumulo, madalas na pagpapakilos. Alisin mula sa init at takpan. Itabi.

b) Sa isang medium na mangkok, haluin ang mga pula ng itlog. Palamigin ang mga pula ng itlog sa pamamagitan ng dahan-dahang pagbuhos ng ilan sa mainit na cream sa mga pula ng itlog habang hinahalo upang tumaas ang temperatura at maiwasang maluto ang mga pula ng itlog. Pagkatapos, ibuhos muli ang lahat sa kasirola.

c) Init ang pinaghalong sa katamtamang init, patuloy na pagpapakilos at kuskusin ang ilalim habang hinahalo mo. Habang umiinit ang custard, ihalo ang asin at vanilla extract. Dahan-dahang lutuin hanggang sa lumapot nang sapat ang timpla para mabalutan ang likod ng kahoy na kutsara, mga 4 na minuto.

d) Alisin mula sa apoy at dahan-dahang ihalo ang tinunaw na pagkit sa mainit na custard. Ibuhos ang buong nilalaman sa isang blender at timpla nang mataas sa loob ng 30 segundo. Salain ang pinaghalong sa isang malinis na mangkok sa pamamagitan ng isang fine-mesh strainer upang makuha ang anumang mga solidong waks na hindi naisama. Ilagay ang mangkok sa isang ice bath at pukawin ang custard paminsan-minsan hanggang sa lumamig, mga 20 minuto. Takpan at palamigin nang hindi bababa sa 3 oras o magdamag.

e) Ibuhos ang pinalamig na custard sa gumagawa ng ice cream at sundin ang mga tagubilin ng gumawa.

f) Kapag naabot na ng ice cream ang ninanais na consistency, i-scrape ang natapos na ice cream sa prechilled container, takpan, at ilagay sa freezer.

37. Honeycomb Ice Cream

MGA INGREDIENTS:
- 2 tasang mabigat na cream
- 1 tasang buong gatas
- ¾ tasa ng butil na asukal
- 4 malalaking pula ng itlog
- 1 kutsarita vanilla extract
- 1 tasang durog na honeycomb candy

MGA TAGUBILIN:

a) Sa isang kasirola, pagsamahin ang mabibigat na cream, buong gatas, at butil na asukal. Init sa katamtamang apoy hanggang sa ang timpla ay mainit ngunit hindi kumukulo, hinahalo paminsan-minsan.

b) Sa isang hiwalay na mangkok, haluin ang mga pula ng itlog.

c) Dahan-dahang ibuhos ang humigit-kumulang ½ tasa ng pinaghalong mainit na cream sa mga pula ng itlog, patuloy na hinahalikan upang palamigin ang mga yolks.

d) Ibuhos muli ang pinaghalong itlog ng itlog sa kasirola kasama ang natitirang pinaghalong cream, patuloy na pagpapakilos.

e) Lutuin ang pinaghalong sa katamtamang init, patuloy na pagpapakilos, hanggang sa lumapot ito at masakop ang likod ng kutsara. Huwag hayaang kumulo.

f) Alisin ang kasirola mula sa apoy at ihalo ang vanilla extract.

g) Ilipat ang pinaghalong sa isang mangkok at takpan ito ng plastic wrap, direktang pinindot ang wrap sa ibabaw ng custard upang maiwasan ang pagbuo ng balat.

h) Palamigin ang custard sa refrigerator nang hindi bababa sa 4 na oras o magdamag.

i) Kapag pinalamig, ibuhos ang custard sa isang tagagawa ng ice cream at i-churn ayon sa mga tagubilin ng gumawa.

j) Sa huling ilang minuto ng paghahalo, idagdag ang durog na pulot-pukyutan na kendi at ipagpatuloy ang paghahalo hanggang sa maihalo.

k) Ilipat ang honeycomb ice cream sa isang may takip na lalagyan at i-freeze ng ilang oras upang matigas bago ihain.

38.Honeycomb Candy Frozen Yogurt Bites

MGA INGREDIENTS:
- Greek yogurt
- honey
- Honeycomb candy, durog
- ½ tasa ng wild frozen blueberries (opsyonal)

MGA TAGUBILIN:
a) Iguhit ang isang baking sheet na may parchment paper.
b) Sa isang maliit na mangkok, paghaluin ang Greek yogurt at honey upang matamis ito sa iyong panlasa.
c) Ilagay ang maliliit na dollops ng yogurt mixture sa baking sheet.
d) Budburan ng durog na pulot-pukyutan na kendi at berry sa bawat dollop.
e) Ilagay ang baking sheet sa freezer sa loob ng ilang oras hanggang sa magyelo ang mga kagat ng yogurt.

39. Honeycomb Banana Cake

MGA INGREDIENTS:
- 2 tasang all-purpose na harina
- 1 ½ kutsarita ng baking powder
- ½ kutsarita ng baking soda
- ¼ kutsarita ng asin
- ½ tasang unsalted butter, pinalambot
- 1 tasa ng butil na asukal
- 2 malalaking itlog
- 1 kutsarita vanilla extract
- 3 hinog na saging, minasa
- ½ tasang buttermilk
- ½ tasang dinurog na honeycomb candy

MGA TAGUBILIN:

a) Painitin muna ang iyong oven sa 350°F (175°C) at lagyan ng mantika ang isang 9-inch na round cake pan.

b) Sa isang katamtamang mangkok, haluin ang harina, baking powder, baking soda, at asin. Itabi.

c) Sa isang hiwalay na malaking mangkok, pagsamahin ang pinalambot na mantikilya at asukal hanggang sa magaan at malambot.

d) Talunin ang mga itlog nang paisa-isa, na sinusundan ng vanilla extract.

e) Haluin ang minasa na saging hanggang sa maayos na pagsamahin.

f) Dahan-dahang idagdag ang mga tuyong sangkap sa mga basang sangkap, papalitan ng buttermilk, simula at magtatapos sa mga tuyong sangkap. Haluin hanggang pagsamahin lang.

g) Tiklupin ang dinurog na honeycomb candy.

h) Ibuhos ang batter sa inihandang cake pan at pakinisin ang tuktok gamit ang spatula.

i) Maghurno ng 35-40 minuto o hanggang sa lumabas na malinis ang isang toothpick na ipinasok sa gitna.

j) Alisin sa oven at hayaang lumamig ang cake sa kawali sa loob ng 10 minuto bago ito ilipat sa wire rack upang ganap na lumamig.

k) Kapag lumamig na, maaari mong i-frost ang cake gamit ang iyong piniling frosting o ihain ito kung ano man.

40. Dark Chocolate Honeycomb

MGA INGREDIENTS:
- 8 ounces maitim na tsokolate, tinadtad
- ½ tasang dinurog na honeycomb candy

MGA TAGUBILIN:

a) Iguhit ang isang baking sheet na may parchment paper.

b) Matunaw ang maitim na tsokolate sa isang mangkok na ligtas sa microwave, hinahalo tuwing 30 segundo hanggang makinis.

c) Ibuhos ang tinunaw na tsokolate sa inihandang baking sheet at ikalat ito sa pantay na layer.

d) Iwiwisik ang dinurog na pulot-pukyutan na kendi sa ibabaw ng tinunaw na tsokolate, bahagyang pinindot ito upang dumikit.

e) Ilagay ang baking sheet sa refrigerator para sa mga 30 minuto o hanggang sa maitakda ang tsokolate.

f) Kapag naitakda na, hatiin ang dark chocolate honeycomb at ihain.

41. Honeycomb Candy Milk at Cereal Popsicles

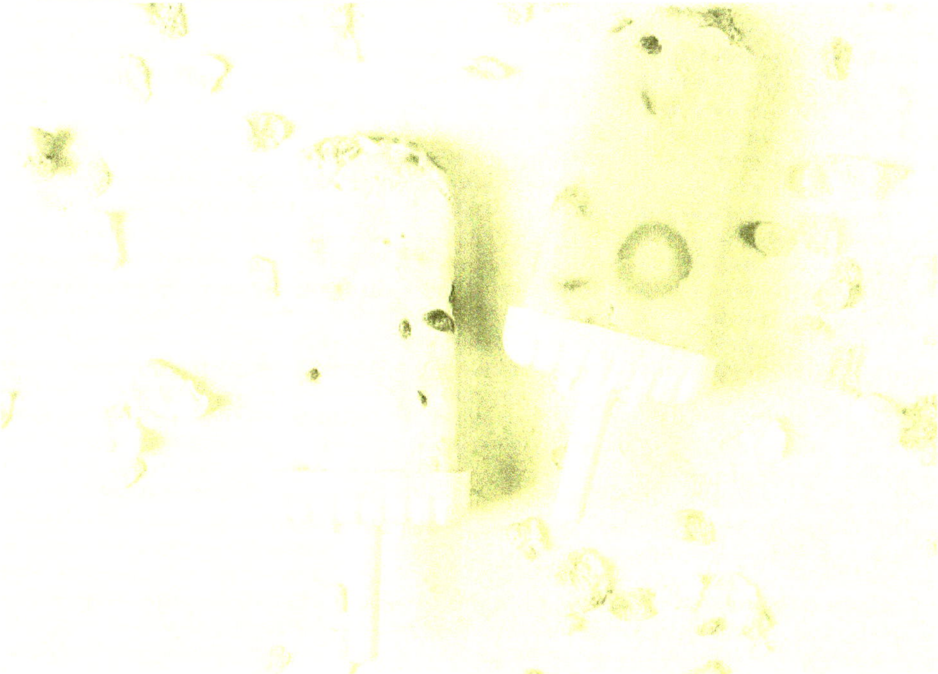

MGA INGREDIENTS:
- 2 tasang gatas (pagawaan ng gatas o plant-based)
- ¼ tasang pulot
- Honeycomb cereal
- Honeycomb candy, durog
- Mga tinadtad na berry, saging, o chocolate chips (opsyonal)

MGA TAGUBILIN:

a) Sa isang mangkok, haluin ang gatas at pulot hanggang sa mahusay na pinagsama.

b) Maglagay ng ilang piraso ng dinurog na honeycomb candy at isang maliit na dakot ng honeycomb cereal sa bawat popsicle mold.

c) Idagdag ang mga opsyonal na toppings.

d) Ibuhos ang pinaghalong gatas at pulot sa mga hulma, pinupuno ang mga ito sa itaas.

e) Ipasok ang mga popsicle stick sa bawat molde.

f) I-freeze ang mga popsicle nang hindi bababa sa 4-6 na oras o hanggang sa ganap na nagyelo.

g) Alisin ang mga popsicle mula sa mga hulma at magsaya.

42. Honeycomb Cheesecake

MGA INGREDIENTS:
- 1 ½ tasa ng graham cracker crumbs
- ¼ tasa ng tinunaw na mantikilya
- 16 ounces cream cheese, pinalambot
- 1 tasang asukal
- 1 kutsarita vanilla extract
- 3 malalaking itlog
- ½ tasang dinurog na honeycomb candy

MGA TAGUBILIN:

a) Painitin muna ang iyong oven sa 325°F (160°C) at lagyan ng mantika ang isang 9-inch springform pan.

b) Sa isang mixing bowl, pagsamahin ang graham cracker crumbs at tinunaw na mantikilya. Pindutin ang halo sa ilalim ng inihandang kawali upang mabuo ang crust.

c) Sa isang hiwalay na mangkok, talunin ang cream cheese, asukal, at vanilla extract hanggang makinis at mag-atas.

d) Idagdag ang mga itlog nang paisa-isa, matalo nang mabuti pagkatapos ng bawat karagdagan.

e) Tiklupin ang dinurog na honeycomb candy.

f) Ibuhos ang cream cheese mixture sa crust sa springform pan.

g) Maghurno ng 50-60 minuto o hanggang sa maitakda ang gitna.

h) Alisin sa oven at hayaang lumamig nang buo ang cheesecake bago palamigin ng ilang oras o magdamag.

i) Ihain ang pinalamig at palamutihan ng karagdagang durog na honeycomb candy kung ninanais.

43.Honeycomb Candy Gateau

MGA INGREDIENTS:
- 2 tasang all-purpose na harina
- 2 tasang granulated sugar
- 1 tasang unsalted butter, pinalambot
- 4 malalaking itlog
- 1 tasang buttermilk
- 1 kutsarita vanilla extract
- 1 kutsarita ng baking powder
- ½ kutsarita ng baking soda
- ¼ kutsarita ng asin
- 1 tasang durog na honeycomb candy
- Whipped cream o frosting para sa dekorasyon (opsyonal)

MGA TAGUBILIN:

a) Painitin muna ang iyong oven sa 350°F (175°C) at lagyan ng mantika at harina ang dalawang 9-inch na bilog na pan ng cake.

b) Sa isang malaking mangkok ng paghahalo, pagsamahin ang pinalambot na mantikilya at granulated na asukal hanggang sa magaan at malambot.

c) Talunin ang mga itlog, isa-isa, na sinusundan ng vanilla extract.

d) Sa isang hiwalay na mangkok, haluin ang harina, baking powder, baking soda, at asin.

e) Dahan-dahang idagdag ang mga tuyong sangkap sa mga basang sangkap, papalitan ng buttermilk, simula at magtatapos sa mga tuyong sangkap. Haluin hanggang pagsamahin lang.

f) Tiklupin ang dinurog na honeycomb candy.

g) Hatiin ang batter nang pantay-pantay sa pagitan ng mga inihandang cake pan at pakinisin ang mga tuktok gamit ang isang spatula.

h) Maghurno sa preheated oven sa loob ng 25-30 minuto o hanggang sa malinis na lumabas ang isang toothpick na ipinasok sa gitna.

i) Alisin sa oven at hayaang lumamig ang mga cake sa mga kawali sa loob ng 10 minuto bago ilipat ang mga ito sa wire rack upang ganap na lumamig.

j) Kapag pinalamig, maaari mong i-frost ang mga cake na may whipped cream o frosting kung ninanais. Ipunin ang mga layer upang lumikha ng gateau-style na cake.

44. Honeycomb Ice Cream Sandwich

MGA INGREDIENTS:
- 1-pint honeycomb ice cream
- 12 cookies na iyong pinili (chocolate chip, asukal, atbp.)
- Dinurog na pulot-pukyutan na kendi para igulong

MGA TAGUBILIN:

a) Hayaang lumambot nang bahagya ang honeycomb ice cream sa temperatura ng kuwarto.

b) Kumuha ng isang scoop ng ice cream at ilagay ito sa patag na bahagi ng isang cookie.

c) Itaas ang ice cream na may isa pang cookie, pindutin nang marahan upang lumikha ng sandwich.

d) Igulong ang mga gilid ng ice cream sandwich sa dinurog na honeycomb candy para mabalot ang mga gilid.

e) Ulitin ang proseso kasama ang natitirang cookies at ice cream.

f) Ilagay ang honeycomb ice cream sandwich sa freezer nang hindi bababa sa 1 oras o hanggang matigas.

g) Ihain ang mga pinalamig na ice cream sandwich para sa masarap na pulot-pukyutan.

45.Honey Coffee Cake

MGA INGREDIENTS:
PARA SA CAKE:
- 2 tasang all-purpose na harina
- 1 ½ kutsarita ng baking powder
- ½ kutsarita ng baking soda
- ¼ kutsarita ng asin
- ½ tasang unsalted butter, pinalambot
- ¾ tasa ng butil na asukal
- 2 malalaking itlog
- 1 kutsarita vanilla extract
- ½ tasa ng kulay-gatas
- ¼ tasang pulot
- ¼ tasa ng gatas

PARA SA STREUSEL TOPPING:
- ½ tasang all-purpose na harina
- ¼ tasa ng butil na asukal
- ¼ tasang nakabalot na brown sugar
- ½ kutsarita ng giniling na kanela
- ¼ tasa unsalted butter, natunaw

PARA SA GLAZE:
- 1 tasang may pulbos na asukal
- 1 kutsarang pulot
- 2 kutsarang gatas

MGA TAGUBILIN:
a) Painitin muna ang iyong oven sa 350°F (175°C). Grasa at harina ang isang 9-inch round cake pan.
b) Sa isang katamtamang mangkok, haluin ang harina, baking powder, baking soda, at asin. Itabi.
c) Sa isang malaking mangkok ng paghahalo, pagsamahin ang pinalambot na mantikilya at granulated na asukal hanggang sa magaan at malambot.
d) Talunin ang mga itlog nang paisa-isa, na sinusundan ng vanilla extract.
e) Idagdag ang kulay-gatas, pulot, at gatas sa pinaghalong mantikilya, at ihalo hanggang sa mahusay na pinagsama.
f) Dahan-dahang idagdag ang mga tuyong sangkap sa mga basang sangkap, paghahalo hanggang sa maisama lamang. Mag-ingat na huwag mag-overmix.

g) Ibuhos ang batter sa inihandang cake pan, ikalat ito nang pantay-pantay.
h) Sa isang hiwalay na maliit na mangkok, paghaluin ang harina, granulated sugar, brown sugar, at cinnamon para sa streusel topping.
i) Ibuhos ang tinunaw na mantikilya at haluin hanggang ang timpla ay maging katulad ng mga magaspang na mumo.
j) Iwiwisik nang pantay-pantay ang streusel topping sa cake batter.
k) Maghurno sa preheated oven sa loob ng 30-35 minuto, o hanggang sa malinis na lumabas ang isang toothpick na ipinasok sa gitna.
l) Alisin ang cake mula sa oven at hayaang lumamig sa kawali sa loob ng 10 minuto, pagkatapos ay ilipat ito sa wire rack upang ganap na lumamig.
m) Habang lumalamig ang cake, ihanda ang glaze sa pamamagitan ng paghahalo ng powdered sugar, honey, at gatas hanggang makinis.
n) Kapag lumamig na ang cake, ibuhos ang glaze sa ibabaw ng cake.
o) Hiwain at ihain ang masarap na honey coffee cake.
p) Tangkilikin ang moist at flavorful honey-infused coffee cake na ito kasama ng isang tasa ng kape o tsaa!

46. Honeycomb Lemon Cake

MGA INGREDIENTS:
PARA SA CAKE:
- 2 tasang all-purpose na harina
- 2 kutsarita ng baking powder
- ½ kutsarita ng baking soda
- ¼ kutsarita ng asin
- ½ tasang unsalted butter, pinalambot
- 1 tasa ng butil na asukal
- 3 malalaking itlog
- Sarap ng 2 lemon
- ¼ tasa sariwang lemon juice
- ½ tasang buttermilk
- ¼ tasang pulot
- 1 kutsarita vanilla extract

PARA SA PAGPUPUNO NG PULTI:
- 1 tasa ng pulot-pukyutan na kendi, dinurog sa maliliit na piraso

PARA SA LEMON GLAZE:
- 1 tasang may pulbos na asukal
- 2 kutsarang sariwang lemon juice

MGA TAGUBILIN:

a) Painitin muna ang iyong oven sa 350°F (175°C). Grasa at harina ang isang 9-inch round cake pan.

b) Sa isang katamtamang mangkok, haluin ang harina, baking powder, baking soda, at asin. Itabi.

c) Sa isang malaking mangkok ng paghahalo, pagsamahin ang pinalambot na mantikilya at granulated na asukal hanggang sa magaan at malambot.

d) Talunin ang mga itlog nang paisa-isa, na sinusundan ng lemon zest at lemon juice.

e) Idagdag ang buttermilk, honey, at vanilla extract sa pinaghalong mantikilya, at ihalo hanggang sa mahusay na pinagsama.

f) Dahan-dahang idagdag ang mga tuyong sangkap sa mga basang sangkap, paghahalo hanggang sa maisama lamang. Mag-ingat na huwag mag-overmix.

g) Ibuhos ang kalahati ng cake batter sa inihandang cake pan, ikalat ito nang pantay-pantay.

h) Iwiwisik ang durog na honeycomb candy sa ibabaw ng batter, na tinitiyak ang pantay na pamamahagi.

i) Ibuhos ang natitirang cake batter sa ibabaw ng honeycomb candy layer, ikalat ito upang masakop ang pagpuno.

j) Maghurno sa preheated oven sa loob ng 30-35 minuto, o hanggang sa malinis na lumabas ang isang toothpick na ipinasok sa gitna.

k) Alisin ang cake mula sa oven at hayaang lumamig sa kawali sa loob ng 10 minuto, pagkatapos ay ilipat ito sa wire rack upang ganap na lumamig.

l) Habang lumalamig ang cake, ihanda ang lemon glaze sa pamamagitan ng paghahalo ng powdered sugar at sariwang lemon juice hanggang sa makinis.

m) Kapag lumamig na ang cake, ibuhos ang lemon glaze sa ibabaw ng cake.

n) Hiwain at ihain ang masarap na Honeycomb Lemon Cake.

COOKIES AT CANDIES

47. Honey Cookies

MGA INGREDIENTS:
- 1/2 tasa (225 g) mantikilya, pinalambot
- 1/2 cup (115 g) dark brown sugar, naka-pack na
- 1/2 tasa (170 g) pulot
- 1 itlog
- 11/2 tasa (188 g) all-purpose na harina
- 1/2 kutsarita ng baking soda
- 1/2 kutsarita ng asin
- 1/2 kutsarita ng kanela
- Baking sheet

MGA TAGUBILIN:
a) Painitin muna ang oven sa 375°F (180°C, o gas mark 4).
b) Paghaluin ang mantikilya, asukal na kayumanggi, pulot, at itlog sa isang daluyan ng mangkok hanggang makinis, paminsan-minsan ay kiskisan ang mga gilid. Paghaluin ang lahat ng natitirang sangkap.
c) I-drop ang kuwarta sa pamamagitan ng kutsara sa isang greased o lined baking sheet. Maghurno ng humigit-kumulang 7 hanggang 10 minuto o hanggang sa maitakda ang cookies at ang mga gilid ay magsisimulang maging kayumanggi. Magiging makintab pa rin ang cookies kapag tapos na ang mga ito.
d) Alisin ang mga ito mula sa baking sheet, ilagay sa isang cooling rack, at hayaang ganap na lumamig. Pinakamainam na tangkilikin ang mga ito nang sariwa, ngunit kung kinakailangan, sila ay magtatago sa loob ng ilang araw sa isang lalagyan ng hangin.

48. Mga Kagat ng Enerhiya

MGA INGREDIENTS:
- 2 tasa (160 g) oats
- 1 tasa (mag-iiba-iba ang timbang) na mga buto
- 1/2 tasa (mag-iiba ang timbang) na mga mani, tinadtad
- 1/2 tasa (mag-iiba ang timbang) pinatuyong prutas na tinadtad kung kinakailangan
- 2 kutsara (44 g) flax seed, giniling
- 2/3 tasa (230 g) pulot
- 1/2 hanggang 3/4 tasa (130 hanggang 195 g) nut butter
- 1 kutsara (15 ml) vanilla extract
- 4 na kutsara (36 g) pollen
- Katamtamang mangkok
- Maliit na mangkok
- Kutsarang yari sa kahoy

MGA TAGUBILIN:

1. Sukatin ang lahat ng tuyong sangkap sa isang medium bowl. Itabi.

2. Sukatin ang honey at nut butter sa isang maliit na mangkok. Painitin nang bahagya ang pinaghalong para mas madaling haluin. Magdagdag ng vanilla extract at pollen. Haluin upang pagsamahin.

3. Idagdag ang pinaghalong honey nut butter sa mga tuyong sangkap at ihalo nang maigi.

4. Bumuo ng kagat-laki ng mga bola na humigit-kumulang 11/2 pulgada (4 cm) ang lapad. Mag-imbak sa isang lalagyan ng airtight sa refrigerator. Mananatili sila ng ilang linggo kung nakaimbak sa refrigerator.

49. Honey Caramels

MGA INGREDIENTS:
- 1 tasa (235 ml) mabigat na cream
- 1 vanilla bean, hatiin nang pahaba
- 3 kutsara (15 g) unsweetened cocoa powder (opsyonal)
- 11/3 tasa (267 g) ng asukal
- 2/3 tasa (230 g) pulot
- 1 stick (4 ounces, o 112 g) ng unsalted butter, pinalambot at hiniwa sa mga tipak
- 1 kutsarita ng magaspang na asin sa dagat
- Baking dish, 9 pulgada x 9 pulgada (23 cm x 23 cm)
- Wax na papel
- Maliit na kasirola
- Malaking kasirola
- Bati
- Termometer ng kendi
- Matalas na kutsilyo
- Sangkalan

MGA TAGUBILIN:

1. Lagyan ng wax paper ang baking dish, mag-iwan ng mahabang overhang sa dalawang gilid.

2. Sa isang maliit na kasirola, pagsamahin ang cream at hatiin ang vanilla bean at kumulo sa mahinang apoy sa loob ng 10 minuto. Alisin ang vanilla bean, simutin ang mga buto, at idagdag sa cream. Idagdag ang cocoa powder, kung ninanais, at pukawin upang pagsamahin. Panatilihing mainit sa mababang init.

3. Sa isang malaking kasirola, pagsamahin ang asukal at pulot. Nang hindi hinahalo, i-dissolve ang honey at sugar mixture sa medium heat hanggang makinis at matunaw. Ipagpatuloy ang pag-init ng pinaghalong hanggang sa ito ay madilim sa isang malalim na kulay ng karamelo, mga 5 minuto. Panoorin nang mabuti—mabilis na nasusunog ang asukal!

4. Alisin mula sa apoy at haluin ang mga tipak ng mantikilya nang paisa-isa. Kapag naidagdag na ang lahat ng mantikilya, haluin ang mainit na vanilla cream mixture.

5. Pakuluin ang kaldero sa katamtamang init at patuloy na pakuluan hanggang sa maabot ng timpla ang hard ball stage (tingnan ang sidebar). Alisin mula sa apoy at ibuhos ang karamelo sa inihandang kawali.

6. Ilagay ang kawali sa refrigerator para sa mga 10 minuto upang mai-set up nang bahagya at pagkatapos ay budburan ng sea salt ang tuktok ng mga caramel. Hayaang mag-set up ang mga caramel sa temperatura ng silid nang halos isang oras o hanggang sa ganap na lumamig.

7. Para alisin sa kawali, dahan-dahang hilahin ang wax paper at alisin ang caramel block sa kawali. Gupitin sa mga parisukat na may matalim na kutsilyo at balutin ng maliliit na piraso ng wax paper.

8. Itago ang mga nakabalot na caramel sa isang lalagyan ng airtight para maiwasan ang mga ito na maakit ang moisture at maging gummy sa labas. Sa pag-aakalang hindi muna sila kakainin, dapat itong itago ng ilang linggo.

50.Peppermint Patties

MGA INGREDIENTS:
- 3.5 hanggang 4 na onsa (100 hanggang 115 g) matamis na tsokolate
- 3 kutsara (60 g) solid honey
- 1/4 kutsarita ng peppermint oil (food-grade)
- Dobleng boiler
- 1/2 kutsarita na pansukat na kutsara
- Silicone mini-muffin mold
- Maliit na mangkok
- kutsara
- Candy foil

MGA TAGUBILIN:
a) Matunaw ang tsokolate sa isang double boiler. Kapag natunaw, ibuhos ang humigit-kumulang 1/2 kutsarita ng tsokolate sa ilalim ng bawat silicone mini-muffin cup. Gamitin ang kutsara upang ikalat ng kaunti ang tsokolate sa mga gilid at hayaang tumigas.
b) Sa isang maliit na mangkok, paghaluin ang honey at peppermint oil.
c) Kapag tumigas na ang unang layer ng tsokolate, magsandok ng isang maliit na piraso ng pinaghalong pulot sa gitna ng bawat tasa at itaas ang natitirang bahagi ng tinunaw na tsokolate. Karaniwan akong nagsisimulang mag-ambon sa labas at magtrabaho patungo sa gitna. Palamigin nang husto at lumabas sa mga hulma.
d) Mag-imbak sa isang lalagyan ng airtight. Pinapanatili ng ilang buwan.

MGA KASAMA

51. Honey Mustard

MGA INGREDIENTS:
- 1/4 tasa (44 g) dilaw na buto ng mustasa
- 1/4 tasa (60 ml) ng tubig
- 2 kutsara (28 ml) apple cider vinegar
- 1/4 kutsarita ng asin
- 2 hanggang 4 na kutsara (40 hanggang 85 g) honey
- Malapad na bibig na pint-size (475 ml) canning jar
- Immersion blender
- Pagsukat ng mga tasa at kutsara

MGA TAGUBILIN:

a) Sukatin ang mga buto ng mustasa sa pint-size (475 ml) canning jar. Magdagdag ng tubig at hayaang umupo ng ilang minuto. Idagdag ang suka, takpan ang garapon na may takip, at palamigin magdamag.

b) Sa susunod na araw, mababad na ng mga buto ang karamihan sa likido. Gumamit ng immersion blender upang i-pure ang mga nilalaman ng garapon hangga't gusto mo. Idagdag ang asin at pulot at haluing mabuti.

c) Idagdag ang talukap ng mata at palamigin ang mustasa sa loob ng ilang araw, hayaan itong lumambot ng kaunti bago masuri ang lasa. Itatago ng ilang buwan sa refrigerator.

52. Honey Avocado Dressing

MGA INGREDIENTS:
- 1/2 tasa (120 ml) grapeseed oil
- 2 kutsara (40 g) honey o fermented honey na bawang (ipinapakita dito)
- 2 cloves ng bawang
- 1 medium avocado, binalatan, pitted, at tinadtad
- 1/4 tasa (60 ml) katas ng kalamansi
- 1/4 tasa (4 g) tinadtad na cilantro
- Asin at itim na paminta sa panlasa
- Blender
- Spatula
- Lalagyan ng airtight

MGA TAGUBILIN:

a) Sa isang blender, pagsamahin ang mantika, pulot, bawang, abukado, katas ng kalamansi, at cilantro at timplahan ng asin at paminta. Pure hanggang makinis.

b) Gumamit ng spatula upang ilipat ang dressing sa isang lalagyan ng airtight.

c) Palamigin ng hanggang 3 araw.

53. Honey Vinaigrette na May Pollen

MGA INGREDIENTS:
- 1/4 tasa (60 ml) extra-virgin olive oil
- 1/4 tasa (60 ml) lemon juice
- 1/4 tasa (60 ml) apple cider vinegar
- 2 kutsara (30 g) honey mustard
- 11/2 kutsara (14 g) bee pollen
- 1 clove ng bawang, tinadtad
- 1 hanggang 2 kutsarita ng pulot (depende sa tamis ng honey mustard)
- 1/2 kutsarita ng kumin
- 1/2 kutsarita ng matamis na paprika
- Asin at paminta para lumasa
- Pint (475 ml) jar o carafe na may takip

MGA TAGUBILIN:
a) Sa garapon o carafe, paghaluin ang lahat ng sangkap.
b) Palamigin ng ilang oras para maghalo ang mga lasa at masira ang mga butil ng pollen.
c) Haluing mabuti bago ihain.
d) Itinatago ng humigit-kumulang 1 linggo sa refrigerator.

54. Honey Barbecue Sauce

MGA INGREDIENTS:
- 1 tasa (240 g) ketchup
- 1 tasa (235 ml) puting suka
- 2 kutsara (40 g) molasses
- 1 tasa (340 g) pulot
- 1 kutsarita ng asin
- 1/2 kutsarita ng paminta
- 2 kutsarita ng tuyong mustasa
- 1 kutsarita ng paprika
- 11/2 kutsarita ng pulbos ng bawang
- 11/2 kutsarita ng sibuyas na pulbos
- Katamtamang kasirola
- Bati
- Lalagyan ng airtight

MGA TAGUBILIN:

a) Sa isang katamtamang kasirola, haluin ang lahat ng sangkap at painitin sa katamtamang init. Pakuluan ang barbecue sauce sa loob ng 10 hanggang 15 minuto.

b) Alisin mula sa init at hayaang lumamig.

c) Ilipat sa lalagyan na hindi tinatagusan ng hangin at iimbak sa refrigerator hanggang handa nang gamitin. Gamitin sa loob ng 1 buwan.

55. Pinausukang Honey

MGA INGREDIENTS:
- honey
- Naninigarilyo ng mga chips ng kahoy
- Naninigarilyo o ihaw
- Mga tray ng foil
- Kutsarang yari sa kahoy
- Foil tray lids, foil, o plastic wrap
- Mga lalagyan ng airtight

MGA TAGUBILIN:
a) Ibuhos ang pulot sa mga foil tray (tiyaking ang pulot ay hindi hihigit sa 1/2 pulgada [1 cm] para sa maximum na pagkakalantad).
b) Ilagay ang mga foil tray sa wire rack sa smoker o grill.
c) Malamig na usok ang pulot sa loob ng 30 minuto para sa mas maliliit na naninigarilyo o 60 minuto para sa mas malalaking naninigarilyo. Haluin tuwing 15 hanggang 20 minuto.
d) Alisin ang mga tray mula sa smoker o grill.
e) Takpan ang mga tray na may takip, foil, o plastic na pambalot ng pagkain at itabi (sa loob ng bahay) sa temperatura ng silid sa loob ng 24 na oras.
f) Tikman ang pinausukang pulot, ihalo sa hindi pinausukang pulot kung ang pinausukang lasa ay masyadong malakas para sa iyong gusto.
g) Ibuhos ang pinausukang pulot sa mga lalagyan ng airtight tulad ng mga garapon na may takip.
h) Ito ay maaaring gamitin kaagad o iimbak sa temperatura ng silid tulad ng sa regular na pulot. Haluin ang pulot bago gamitin.

FERMENTED FOODS

56.Fermented Ketchup

MGA INGREDIENTS:
- 2 lata (6 onsa, o 170 g, bawat isa) ng tomato paste
- 3 kutsara (60 g) pulot
- 3 kutsara (45 ml) apple cider vinegar
- 2 kutsara (28 ml) whey
- 1/4 kutsarita ng sibuyas na pulbos
- 1/2 kutsarita ng asin
- 1/8 kutsarita ng itim na paminta
- 1/8 kutsarita ng allspice
- Malinis na pint (475 ml) na garapon
- Canning lid o takip na may airlock

MGA TAGUBILIN:

a) Pagsamahin ang lahat ng sangkap sa isang pint-size (475 ml) canning jar, tikman at ayusin ang mga panimpla kung kinakailangan. Takpan ng airlock o regular na takip.

b) Hayaang maupo ang lutong bahay na ketchup sa temperatura ng silid sa loob ng 2 hanggang 3 araw. Kung gumagamit ng regular na takip, buksan ang garapon araw-araw o higit pa upang palabasin ang mga gas. Hindi ito kailangan kung gumamit ng airlock.

c) Itabi ang ketchup sa refrigerator para sa isa pang 3 araw bago tangkilikin. Pinapanatili ng ilang linggo.

57. Fermented Honey Bawang

MGA INGREDIENTS:
- 3 hanggang 5 bombilya ng bawang
- Humigit-kumulang 1 tasa (340 g) hilaw na pulot
- Malinis na pint (475 ml) na garapon na may takip

MGA TAGUBILIN:

a) Balatan ang mga clove ng bawang at durugin nang bahagya.

b) Punan ang isang pint jar (475 ml) na humigit-kumulang tatlong-ikaapat na puno ng bawang at magdagdag ng sapat na pulot upang matakpan habang nagbibigay ng sapat na espasyo sa ulo sa garapon para sa ferment na bumula, hindi bababa sa 1 hanggang 2 pulgada (2.5 hanggang 5 cm). I-screw ang takip sa garapon at hayaan itong magpahinga sa iyong counter sa loob ng 1 buwan.

c) Araw-araw, dugugin ang garapon sa pamamagitan ng pag-alis ng takip at pagpapakawala ng naipon na hangin. Pagkatapos ng 1 buwan, mag-imbak sa refrigerator.

58.Fermented Honey Cranberries

MGA INGREDIENTS:
- 1 bag (12 ounces, o 340 g) ng sariwang cranberry
- Sarap ng isang orange
- Honey upang takpan, humigit-kumulang 12 onsa, o 340 g
- Salaan
- Tagaproseso ng pagkain
- Malinis na quart (950 ml) canning jar na may takip

MGA TAGUBILIN:

a) Banlawan at pagbukud-bukurin ang mga cranberry at pagkatapos ay bahagyang i-pulso ang mga berry sa isang food processor. Ang layunin ay ang buksan ang mga ito, hindi katas ang mga ito.

b) Idagdag ang mga berry at orange zest sa isang quart (950 ml) na lata ng lata. Ibuhos ang pulot sa mga cranberry at dahan-dahang punuin ang garapon, huminto mga 1 hanggang 2 pulgada (2.5 hanggang 5 cm) mula sa itaas.

c) Isara ang garapon at ilagay ang garapon sa isang mainit at madilim na lugar. Paikutin ang garapon araw-araw sa loob ng 1 hanggang 2 linggo hanggang sa manipis ang pulot at pagkatapos ay hayaang mag-ferment ang mga cranberry para sa isa pang 4 hanggang 6 na linggo. Mag-imbak sa isang malamig na lugar.

59.Fermented Probiotic Honey Berry Soda

MGA INGREDIENTS:
- 5 tasa (1.2 L) ng tubig
- 5 tasa (mag-iiba ang timbang) berries (durog)
- 3/4 tasa (170 g) pulot
- 1/2 tasa (120 ml) sariwang whey (tingnan ang Straining Yogurt para sa Whey, ipinapakita dito)
- Karagdagang tubig sa panlasa
- Malaking kasirola
- Thermometer
- Salaan o salaan
- Linisin ang 1/2-gallon (1.9 L) glass canning jar na may air-lock lid
- Kutsarang yari sa kahoy
- Malinis na mga bote ng flip-top

MGA TAGUBILIN:

a) Sa isang kasirola, malumanay na kumulo ang tubig at mga berry sa loob ng humigit-kumulang 30 minuto. Hayaang lumamig ang timpla sa humigit-kumulang 100°F (38°C).

b) Salain ang berry liquid sa pamamagitan ng isang salaan sa inihandang fermenting jar. Idagdag ang pulot sa garapon, paghahalo upang ganap itong matunaw. Idagdag ang whey at karagdagang tubig sa panlasa. Ang timpla ay magiging medyo matamis, ngunit karamihan sa tamis na iyon ay mauubos sa panahon ng pagbuburo.

c) I-seal ang garapon gamit ang air-lock lid at iwanan sa mainit na lugar sa counter nang humigit-kumulang 3 araw. Suriin kung may fizz at tartness. Maaaring tumagal ng hanggang 1 linggo o higit pa ang pagbuburo depende sa temperatura sa panahon ng pagbuburo at sa lakas ng whey. Kung mas mainit ang silid at mas mahaba ang ferment, magiging mas fizzier at maasim ang soda.

d) Kapag naabot na nito ang gustong tartness at fizziness, ilipat ang soda sa mga flip-top na bote at palamigin upang pabagalin ang pagbuburo hanggang sa maubos ang soda. Ang soda ay karaniwang pinakamahusay kapag natupok sa loob ng 2 linggo.

60. Tepache

MGA INGREDIENTS:
- 1/2 ng isang pinya na hiwa-hiwain (Iwanan ang balat.)
- 1/2 tasa (170 g) maitim na pulot
- 4 na tasa (950 ml) ng tubig
- 2 buong clove
- 2 tamarind pods
- 1 cinnamon stick
- Kutsilyo at cutting board
- Linisin ang 1/2 gallon (1.9 L) glass jar
- Kutsarang yari sa kahoy
- Cotton tela o tuwalya
- Salaan

MGA TAGUBILIN:
a) Hugasan ang pinya at gupitin.
b) Paghaluin ang pulot at tubig sa 1/2-gallon (1.9 L) na garapon hanggang sa ganap itong matunaw.
c) Idagdag ang mga tipak ng pinya sa garapon at takpan ng cotton cloth o tuwalya. Itabi ang garapon sa isang malamig at tuyo na lugar na malayo sa direktang sikat ng araw at hayaan itong mag-ferment sa loob ng 3 hanggang 4 na araw. Ito ay magiging maulap at magkakaroon ng hindi nakakapinsalang puting foam na maaaring alisin.
d) Salain ang natapos na tepache sa isang pitsel at palamigin hanggang sa lumamig nang mabuti. Ihain sa ibabaw ng yelo. Ito ay pinakamahusay na natupok sa loob ng ilang araw ng straining.

MGA inumin

61. Pangunahing Honey Syrup

MGA INGREDIENTS:
- 1/2 tasa (170 g) pulot
- 1/2 tasa (120 ml) ng tubig
- Katamtamang kasirola
- Kutsarang yari sa kahoy

MGA TAGUBILIN:

a) Painitin ang pulot at tubig sa katamtamang init hanggang sa tuluyang matunaw ang pulot at maging homogenous ang timpla. Huwag pakuluan.

b) Hayaang lumamig nang lubusan bago gamitin. Maaari itong maiimbak sa refrigerator ng hanggang 2 linggo.

62. Ginger Ale

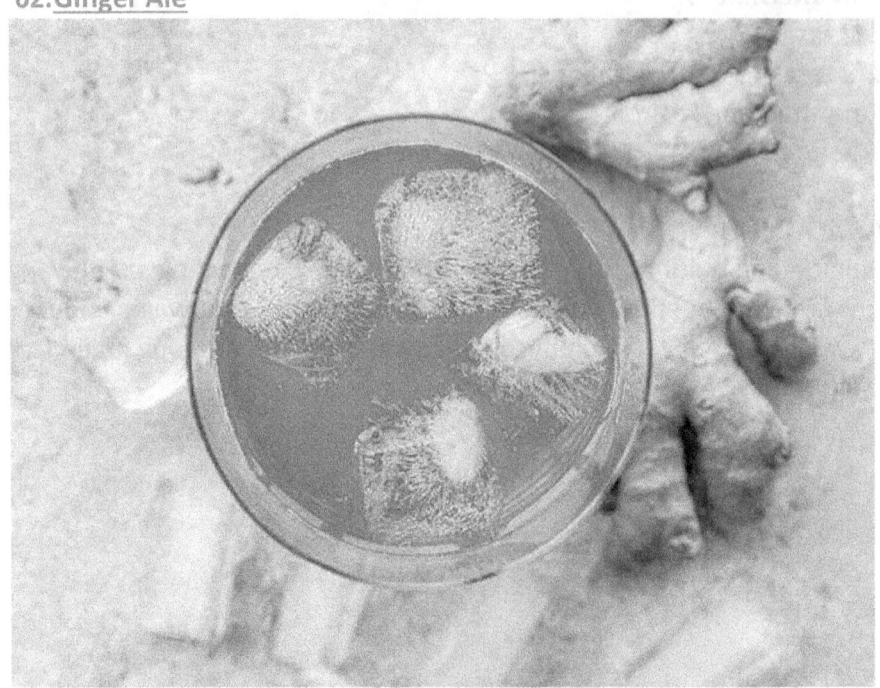

MGA INGREDIENTS:
- 2 tablespoons (28 ml) strong ginger honey simpleng syrup
- 6 na onsa (175 ml) na kumikinang na tubig
- yelo
- Pag-twist ng balat ng kalamansi
- baso ng cocktail
- Cocktail stir stick

MGA TAGUBILIN:
a) Ibuhos ang syrup at sparkling na tubig sa yelo.
b) Haluing malumanay upang pagsamahin.
c) Idagdag ang balat ng kalamansi at magsaya.

63. Mandarin Fiz

MGA INGREDIENTS:
- 1/2 tasa (120 ml) sariwang mandarin o tangerine juice
- 1/2 kutsarita ng lemon juice
- 2 kutsara (28 ml) basic honey simpleng syrup
- 1/2 tasa (120 ml) raspberry sparkling na tubig
- yelo
- Isang dakot ng sariwang raspberry para sa dekorasyon
- baso ng cocktail
- Cocktail stir stick

MGA TAGUBILIN:
a) Ibuhos ang lahat ng sangkap sa yelo.
b) Haluing malumanay upang pagsamahin.
c) Palamutihan ng mga raspberry.

64. Cucumber Lemongrass Honey Cocktail

MGA INGREDIENTS:
- 3/4 tasa (175 ml) katas ng pipino (humigit-kumulang 225 g ng hindi nabalatan na mga pipino) at isang sibat ng pipino para sa dekorasyon
- 2 kutsara (28 ml) lemongrass honey simpleng syrup
- 1 shot (1.5 ounces, o 42 ml) ng vodka o gin
- yelo
- Juicer o blender
- baso ng cocktail
- Cocktail stir stick

MGA TAGUBILIN:

a) Juice 1/2 pound (225 g) ng mga cucumber (o higit pa kung kinakailangan) sa isang juicer upang magbunga ng 3/4 cup (175 ml) ng cucumber juice.

b) Ibuhos ang lemongrass honey simpleng syrup, cucumber juice, at vodka o gin sa ibabaw ng yelo.

c) Haluing malumanay upang pagsamahin.

d) Palamutihan ng sibat ng pipino.

65. Apricot Cardamom Cocktail

MGA INGREDIENTS:
- 3 onsa (90 ml) apricot nectar
- 2 kutsara (28 ml) cardamom honey simpleng syrup
- 1/2 kutsarang lavender honey simpleng syrup
- Tilamsik ng grapefruit juice
- 1 shot (1.5 ounces, o 42 ml) ng brandy
- yelo
- baso ng cocktail
- Cocktail stir stick

MGA TAGUBILIN:
a) Ibuhos ang lahat ng sangkap sa yelo.
b) Haluing malumanay upang pagsamahin.

66. Tequila Honey Cocktail

MGA INGREDIENTS:
- 2 onsa (60 ml) tequila
- 3 kutsara (45 ml) basic honey syrup (o subukan ang honey syrup variation, gaya ng cardamom)
- 11/2 kutsara (23 ml) sariwang lemon juice
- yelo
- 2 gitling ng Angostura bitters
- Lemon peel twist para sa dekorasyon
- Cocktail shaker
- baso ng cocktail

MGA TAGUBILIN:

a) Idagdag ang tequila, honey syrup, at lemon juice sa isang shaker na may yelo at iling hanggang lumamig.

b) Ibuhos sa isang baso ng cocktail at magdagdag ng 2 gitling ng mga mapait.

c) Palamutihan ng balat ng lemon.

67. Lithuanian Honey Spirits

MGA INGREDIENTS:
- 21/4 tasa (765 g) pulot
- 1 quart (950 ml) na tubig
- 8 buong clove
- 3 cinnamon sticks
- 10 cardamom pods, basag
- 1/2 ng isang buong nutmeg, basag
- 5 buong allspice, basag
- 11/2 kutsarita black peppercorns
- 1 kutsarita na buto ng haras
- 3-pulgada (7.5 cm) ugat ng luya, gupitin sa makapal na hiwa
- Zest ng 1 orange, balatan lang, walang pith
- Sarap ng 1/2 ng lemon, balatan lang, walang pith
- 1 vanilla bean, hinati at nasimot
- 1 bote (750 ml) 190 proof grain alcohol
- Malaking palayok
- Kutsarang yari sa kahoy
- Salaan
- Mga bote na may mga pang-itaas, sapat na para sa 2 quarts (1.9 L)

MGA TAGUBILIN:

a) Gumawa ng isang batch pagkatapos ng pag-aani ng pulot upang ang ilan ay maging handa para sa panahon ng pagbibigay ng regalo sa holiday.

b) 1. Sa isang malaking palayok, dalhin ang pulot at tubig sa kumulo. Alisin ang anumang foam na lumalabas.

c) 2. Idagdag ang lahat ng iba pang sangkap maliban sa grain alcohol. Pakuluan nang walang takip sa loob ng 30 minuto.

d) 3. Patayin ang apoy at idagdag ang butil na alkohol sa mainit pa ring timpla, hinahalo upang pagsamahin. Pilitin ang timpla.

e) 4. Ibuhos sa malinis, sterile na mga bote at itabi nang hindi bababa sa 2 linggo, mas matagal kung maaari.

68. Elderberry Tonic

MGA INGREDIENTS:
- 2 tasa (290 g) sariwang elderberries
- 3 tasa (700 ml) ng tubig
- 1 tasa (340 g) pulot
- 1 bote (750 ml) purong butil na alkohol, vodka, o brandy
- Katamtamang kasirola
- Masher ng patatas
- Salaan
- Mga bote na may mga pang-itaas, sapat na para sa 1 quart (950 ml)

MGA TAGUBILIN:

f) 1. Ilagay ang mga elderberry at tubig sa isang kasirola. Basagin ang mga berry gamit ang isang potato masher upang palabasin ang mga katas. Pakuluan at hayaang lumamig.

g) 2. Ihalo ang pulot at ang alak.

h) 3. Ibuhos sa malinis at sterile na mga bote at hayaang tumanda nang hindi bababa sa 1 buwan.

69. Turmeric Honey Super Booster

MGA INGREDIENTS::
- 1/4 tasa (85 g) hilaw na pulot
- 1 kutsarita ng lemon zest
- 1 kutsara (7 g) ground turmeric
- 2 kutsara (28 ml) hilaw na hindi na-filter na apple cider vinegar
- Bati
- Maliit na mangkok
- Lalagyan ng airtight

MGA TAGUBILIN:

a)   Paghaluin ang lahat ng mga sangkap sa isang maliit na mangkok hanggang sa makinis. Ibuhos sa isang lalagyan ng airtight at palamigin ng hanggang 1 linggo.

b)   Upang magamit, magdagdag lamang ng 1 kutsara (15 ml) sa ilang maligamgam na tubig at inumin.

70.Honeycomb Martini

MGA INGREDIENTS:
- 2 ounces vodka
- ½ onsa honey syrup (ihalo ang pantay na bahagi ng honey at maligamgam na tubig)
- ½ onsa sariwang lemon juice
- ½ onsa triple sec
- Dinurog na honeycomb candy para sa dekorasyon

MGA TAGUBILIN:
a) Punan ang isang cocktail shaker ng yelo.
b) Idagdag ang vodka, honey syrup, sariwang lemon juice, at triple sec sa shaker.
c) Iling mabuti hanggang sa lumamig ang timpla.
d) Salain ang cocktail sa isang pinalamig na martini glass.
e) Palamutihan ang gilid ng baso ng durog na honeycomb candy.
f) Ihain ang honeycomb martini na pinalamig at magsaya!

71. Honeycomb Margarita

MGA INGREDIENTS:
- 2 onsa tequila
- 1-onsa katas ng kalamansi
- ½ onsa orange na liqueur (hal., Triple Sec)
- 1 kutsarang pulot
- ¼ tasa ng dinurog na pulot-pukyutan na kendi
- Lime wedges at karagdagang pulot para sa rimming ng salamin (opsyonal)

MGA TAGUBILIN:

a) Lagyan ng honey ang isang margarita glass (opsyonal) at isawsaw ito sa dinurog na honeycomb candy para mabalot ang gilid.

b) Sa isang shaker na puno ng yelo, pagsamahin ang tequila, lime juice, orange liqueur, at honey.

c) Iling nang malakas hanggang sa maayos na pinagsama at pinalamig.

d) Salain ang margarita sa inihandang baso na puno ng yelo.

e) Palamutihan ng lime wedge at tamasahin ang honeycomb margarita.

72. Honeycomb tropikal na Mocktail

MGA INGREDIENTS:
- ½ tasang pineapple juice
- ½ tasa ng orange juice
- ¼ tasa ng lemon juice
- ¼ tasa ng passionfruit juice
- ¼ tasang pulot
- ¼ tasa ng pulot-pukyutan na kendi, dinurog
- Club soda o sparkling na tubig
- Mga hiwa ng lemon at dahon ng mint para sa dekorasyon (opsyonal)

MGA TAGUBILIN:

a) Sa isang pitcher, pagsamahin ang pineapple juice, orange juice, lemon juice, passionfruit juice, honey, at durog na honeycomb candy.

b) Haluin hanggang matunaw ang honeycomb candy.

c) Punan ang mga baso ng mga ice cube.

d) Ibuhos ang pinaghalong honeycomb candy sa ibabaw ng yelo, punan ang bawat baso nang halos kalahati.

e) Itaas na may club soda o sparkling na tubig.

f) Palamutihan ng mga hiwa ng lemon at dahon ng mint kung ninanais.

g) Ihain at tangkilikin ang nakakapreskong at fizzy honeycomb candy mocktail na ito.

73.Honeycomb Candy Old Fashioned

MGA INGREDIENTS:
- 2 oz bourbon
- ½ oz honey syrup (pantay na bahagi ng pulot at tubig, pinainit at pinalamig)
- Dash ng Angostura bitters
- Honeycomb candy, para sa dekorasyon
- Balatan ng orange, para sa dekorasyon

MGA TAGUBILIN:

a) Sa isang Old Fashioned na baso, guluhin ang isang maliit na piraso ng honeycomb candy at honey syrup.

b) Magdagdag ng bourbon at bitters sa baso at haluin nang malumanay.

c) Punan ang baso ng mga ice cubes.

d) Palamutihan ng isang piraso ng honeycomb candy at isang twist ng orange peel.

e) Tangkilikin ang mayaman at masarap na honeycomb candy na Old Fashioned cocktail.

74. Honeycomb Candy Mojito Mocktail

MGA INGREDIENTS:
- ½ kalamansi, gupitin sa mga wedges
- 10 sariwang dahon ng mint
- 2 kutsarang honeycomb candy syrup
- Club soda
- Durog na yelo
- Mint sprig, para sa dekorasyon

MGA TAGUBILIN:

a) Sa isang baso, guluhin ang lime wedges, dahon ng mint, at honeycomb candy syrup.
b) Punan ang baso ng durog na yelo.
c) Ibabaw ng club soda at haluing malumanay.
d) Palamutihan ng mint sprig.

75. Honeycomb Candy Punch

MGA INGREDIENTS:
- 2 tasang pineapple juice
- 1 tasa ng orange juice
- ½ tasa honeycomb candy syrup
- ¼ tasa ng lemon juice
- 2 tasang ginger ale
- Durog na yelo
- Mga hiwa ng lemon at honeycomb candy, para sa dekorasyon

MGA TAGUBILIN:

a) Sa isang punch bowl, pagsamahin ang pineapple juice, orange juice, honeycomb candy syrup, at lemon juice.

b) Haluing mabuti upang paghaluin ang mga lasa.

c) Magdagdag ng dinurog na yelo sa punch bowl.

d) Bago ihain, ibuhos ang ginger ale at dahan-dahang haluin.

e) Palamutihan ng mga hiwa ng lemon at mga piraso ng honeycomb candy.

f) I-enjoy itong fruity at bubbly honeycomb candy punch.

76. Honeycomb Cereal White Russian

MGA INGREDIENTS:
- 1 oz vodka
- 1 ans ng kape liqueur
- 1 oz cream o gatas
- 1 kutsarang honeycomb cereal
- Honeycomb candy, para sa dekorasyon

MGA TAGUBILIN:
a) Sa isang baso, pagsamahin ang vodka, coffee liqueur, at cream.
b) Haluing mabuti para mahalo.
c) Magdagdag ng pulot-pukyutan na cereal at hayaan itong magbabad sa pinaghalong ilang minuto.
d) Punan ang baso ng mga ice cubes.
e) Palamutihan ng isang piraso ng honeycomb candy.
f) I-enjoy ang creamy at crunchy honeycomb cereal na ito, White Russian.

77. Honeycomb Candy Spritzer

MGA INGREDIENTS:
- ½ tasa ng sparkling na tubig
- ½ tasa ng lemon-lime soda
- 2 kutsarang honeycomb candy syrup
- Durog na yelo
- Mga hiwa ng lemon at dahon ng mint, para sa dekorasyon

MGA TAGUBILIN:

a) Sa isang baso, pagsamahin ang sparkling na tubig, lemon-lime soda, at honeycomb candy syrup.

b) Haluin nang malumanay upang paghaluin ang mga lasa.

c) Punan ang baso ng durog na yelo.

d) Palamutihan ng mga hiwa ng lemon at dahon ng mint.

e) I-enjoy itong mabula at nakakapreskong honeycomb candy spritzer mocktail.

78. Honeycomb Candy Whisky Smash

MGA INGREDIENTS:
- 2 oz whisky
- ½ oz lemon juice
- ½ oz honeycomb candy syrup
- Mga sariwang dahon ng mint
- Durog na yelo
- Lemon slice at mint sprig, para sa dekorasyon

MGA TAGUBILIN:

a) Sa isang cocktail shaker, guluhin ang ilang dahon ng mint na may lemon juice at honeycomb candy syrup.
b) Magdagdag ng whisky at yelo sa shaker.
c) Iling mabuti upang pagsamahin ang mga lasa.
d) Punan ang isang baso ng dinurog na yelo.
e) Salain ang cocktail sa baso.
f) Palamutihan ng isang hiwa ng lemon at isang sprig ng mint.
g) Tangkilikin ang mala-damo at matamis na honeycomb candy whisky smash.

79.Honeycomb Candy Pina Colada

MGA INGREDIENTS:
- 1 tasang pineapple juice
- ½ tasang gata ng niyog
- ¼ tasa honeycomb candy syrup
- Durog na yelo
- Pineapple wedge, at seresa para sa dekorasyon

MGA TAGUBILIN:

a) Sa isang blender, pagsamahin ang pineapple juice, gata ng niyog, at honeycomb candy syrup.

b) Magdagdag ng isang dakot ng durog na yelo sa blender at timpla hanggang makinis.

c) Ibuhos ang mocktail sa isang baso.

d) Palamutihan ng pineapple wedge at cherry.

INFUSAN HONEY

80.Lemon Infused Honey

MGA INGREDIENTS:
- 1 tasa ng Honey
- 1 kutsara ng grated lemon zest
- 2 hiwa ng sariwang lemon

MGA TAGUBILIN:

a) Gamitin sa mga dressing, marinade, inumin, matamis, at mga baked goods.

b) Para sa mga pagbubuhos na handa nang gamitin kaagad, gumamit ng juice pati na rin ang zest.

81. Orange-Infused Honey

MGA INGREDIENTS:
- Sarap ng 4 na organic na dalandan
- ¾ tasa ng pulot

MGA TAGUBILIN:
a) Ilagay ang orange zest sa isang walang laman na garapon.
b) Ibuhos ang hilaw na pulot at siguraduhin na ang lahat ng mga sangkap ay ganap na nalubog.
c) Isara nang mahigpit ang takip at hayaan itong tumayo sa araw.
d) Baliktarin ang garapon kahit isang beses sa isang araw.
e) Hayaang ma-infuse ang halo na ito nang hindi bababa sa isang linggo o hanggang 3-4 na linggo.
f) Salain at iimbak sa isang malamig at madilim na lugar upang mapanatili ang pagiging bago nito.
g) Ito ay isang mahusay na karagdagan sa mga cake at muffin o masarap na hinalo sa yogurt o cottage cheese.

82. Lemon Butter Infused Honey

MGA INGREDIENTS:
- ¾ tasa ng pulot
- 3 kutsarang mantikilya
- 1 kutsarita ng lemon juice
- ¼ kutsarita ng vanilla

MGA TAGUBILIN:
a) Painitin ang pulot at mantikilya.
b) Palamig at magdagdag ng lemon juice at vanilla.
c) Ihain kasama ng mga pancake o waffle.

83.Peach Infused Honey

MGA INGREDIENTS:
- 1 pound Mga sariwang milokoton, binalatan, nilagyan ng pitted, at hiniwa, o pinatuyong mga milokoton
- 3 kutsarang Honey
- 1 kutsarita sariwang kinatas na lemon juice

MGA TAGUBILIN:

a) Haluin ang lahat ng sangkap sa isang food processor sa loob ng 3 minuto upang makagawa ng isang makinis na katas. Ibuhos sa isang squeeze bottle.

b) Ang Peach Honey ay maaaring itago sa refrigerator sa loob ng 1 hanggang 2 linggo.

84.Pear at Apple Infused honey

MGA INGREDIENTS:
- 6 Mga peras, binalatan at tinadtad
- 2 mansanas, binalatan at tinadtad
- Ang balat ng 1 Orange
- 1½ libra ng Asukal

MGA TAGUBILIN:

a) Gilingin ang mga peras, mansanas, at dalandan.

b) Magdagdag ng asukal at lutuin ng 20 minuto, madalas na pagpapakilos.

c) Magdagdag ng gadgad na balat ng orange. Lutuin hanggang makapal.

85. Pink grapefruit Infused honey

MGA INGREDIENTS:
- ½ gallon Pink o ruby red grapefruit juice
- 2 kutsarang Honey
- ½ tasa Triple Sec Liqueur

MGA TAGUBILIN:
a) Pagsamahin ang juice, honey, at liqueur.
b) Palamigin.
c) Ihain bilang panghimagas.

86.Quince Infused honey

MGA INGREDIENTS:
- 3 malaking Quince
- 1 malaking mansanas
- 1 pint na Tubig

MGA TAGUBILIN:

a) Gilingin o lagyan ng rehas ang quince at mansanas.
b) Lagyan ng tubig ang prutas at pakuluan ng 20 minuto.
c) Sundin ang mga direksyon sa pakete ng pectin para sa asukal at mga direksyon sa pagluluto.

87. Cinnamon-Apple Honey

MGA INGREDIENTS:
- 1 quart Sweet apple cider
- 8 tasa, Pinutol, pinaghiwa, at pinaghiwa-hiwalay na mga mansanas sa pagluluto
- 1 Lemon, Binalatan, hiniwa at binulaan
- 1 tasang Honey
- ½ tasang naka-pack na brown sugar
- 1 kutsarang Ground cinnamon

MGA TAGUBILIN:

a) Painitin ang cider hanggang kumukulo sa Dutch oven na walang takip sa loob ng mga 15 minuto.

b) Magdagdag ng mga mansanas at lemon. Init hanggang kumukulo; bawasan ang init.

c) Pakuluan nang walang takip sa loob ng halos 1 oras, paminsan-minsang pagpapakilos hanggang sa maging malambot ang mga mansanas.

d) Haluin ang pulot, at kanela.

e) Init hanggang kumukulo; bawasan ang init.

f) Pakuluan nang walang takip nang humigit-kumulang 1-½ oras, paminsan-minsang hinahalo hanggang sa walang likidong humihiwalay sa pulp.

g) Kaagad na ibuhos ang timpla sa mainit, isterilisadong mga garapon, na nag-iiwan ng ¼-inch na headspace.

h) Punasan ang mga gilid ng garapon; selyo. Palamigin sa isang rack sa loob ng 1 oras.

i) Mag-imbak sa refrigerator hanggang sa 2 buwan.

88. Elderflower infused honey

MGA INGREDIENTS:
- ¼ tasa elderflower (tuyo o sariwa - organic)
- 1 tasa ng lokal na hilaw na pulot (runny)

MGA TAGUBILIN:
a)	Idagdag ang iyong mga tuyong sangkap sa iyong garapon
b)	Takpan nang lubusan ng pulot
c)	Itaas ang selyo
d)	Hayaang umupo ang pulot at mag-infuse sa loob ng isang buwan, mas matagal kung gusto
e)	Pilitin
f)	Ibalik ang pilit na pulot sa garapon at regalo o gamitin ayon sa gusto!

89.Lilac infused honey

MGA INGREDIENTS:
- ¼ tasa lilac (tuyo o sariwa - organic)
- 1 tasa ng lokal na hilaw na pulot (runny)

MGA TAGUBILIN:
a)   Idagdag ang iyong mga tuyong sangkap sa iyong garapon
b)   Takpan nang lubusan ng pulot
c)   Itaas ang selyo
d)   Hayaang umupo ang pulot at mag-infuse sa loob ng isang buwan, mas matagal kung gusto
e)   Pilitin
f)   Ibalik ang pilit na pulot sa garapon at regalo o gamitin ayon sa gusto!

90.Nag-infuse si Jasmin ng honey

MGA INGREDIENTS:
- ¼ tasa Jasmin (tuyo o sariwa - organic)
- 1 tasa ng lokal na hilaw na pulot (runny)

MGA TAGUBILIN:
a) Idagdag ang iyong mga tuyong sangkap sa iyong garapon
b) Takpan nang lubusan ng pulot
c) Itaas ang selyo
d) Hayaang umupo ang pulot at mag-infuse sa loob ng isang buwan, mas matagal kung gusto
e) Pilitin
f) Ibalik ang pilit na pulot sa garapon at regalo o gamitin ayon sa gusto!

91. Tulsi Infused Honey

MGA INGREDIENTS:
- 1 tasa ng pulot
- 5-10 dahon ng Tulsi
- Rose Petals Infused Honey

MGA TAGUBILIN:
a) Ilagay ang mga dahon ng Tulsi sa isang walang laman na garapon.
b) Ibuhos ang rose-infused honey at tiyaking ang lahat ng sangkap ay lubusang nakalubog.
c) Isara nang mahigpit ang takip at hayaan itong tumayo sa araw.
d) Baliktarin ang garapon kahit isang beses sa isang araw.
e) Hayaang ma-infuse ang halo na ito nang hindi bababa sa isang linggo o hanggang 3-4 na linggo.
f) Salain at iimbak sa isang malamig at madilim na lugar upang mapanatili ang pagiging bago nito.

92. Cinnamon Infused Honey

MGA INGREDIENTS:
- 1 tasa ng Honey
- 5 stick ng kanela
- 1 kurot ng powdered cinnamon

MGA TAGUBILIN:

a) Ilagay ang cinnamon sa isang walang laman na garapon.

b) Ibuhos ang hilaw na pulot at siguraduhin na ang lahat ng mga sangkap ay ganap na nalubog.

c) Isara nang mahigpit ang takip at hayaan itong tumayo sa araw.

d) Baliktarin ang garapon kahit isang beses sa isang araw.

e) Hayaang ma-infuse ang halo na ito nang hindi bababa sa isang linggo o hanggang 3-4 na linggo.

f) Salain at iimbak sa isang malamig at madilim na lugar upang mapanatili ang pagiging bago nito.

93.Ginger Infused Honey

MGA INGREDIENTS:
- 1 tasa ng Honey
- 1 kutsarita ng pinong tinadtad na luya
- 1 kurot ng ginger powder

MGA TAGUBILIN:

a) Ilagay ang luya sa isang walang laman na garapon.

b) Ibuhos ang hilaw na pulot at siguraduhin na ang lahat ng mga sangkap ay ganap na nalubog.

c) Isara nang mahigpit ang takip at hayaan itong tumayo sa araw.

d) Baliktarin ang garapon kahit isang beses sa isang araw.

e) Hayaang ma-infuse ang halo na ito nang hindi bababa sa isang linggo o hanggang 3-4 na linggo.

f) Salain at iimbak sa isang malamig at madilim na lugar upang mapanatili ang pagiging bago nito.

g) Ang pagbubuhos na ito ay masarap sa mga marinade para sa manok at gulay na stir-fries.

94. Vanilla Infused Honey

MGA INGREDIENTS:
- 1 tasa ng Honey
- 1 vanilla bean
- ½ kutsarita ng vanilla essence

MGA TAGUBILIN:
a) Ilagay ang vanilla bean at essence sa isang walang laman na garapon.
b) Ibuhos ang hilaw na pulot at siguraduhin na ang lahat ng mga sangkap ay ganap na nalubog.
c) Isara nang mahigpit ang takip at hayaan itong tumayo sa araw.
d) Baliktarin ang garapon kahit isang beses sa isang araw.
e) Hayaang ma-infuse ang halo na ito nang hindi bababa sa isang linggo o hanggang 3-4 na linggo.
f) Salain at iimbak sa isang malamig at madilim na lugar upang mapanatili ang pagiging bago nito.

95.Bituin na Anis-Infused Honey

MGA INGREDIENTS:
- ⅛ tasa ng buo at bahagyang dinurog na pod na Star Anis
- ½ tasang Honey

MGA TAGUBILIN:

a) Ilagay ang star anise sa isang walang laman na garapon.

b) Ibuhos ang hilaw na pulot at siguraduhin na ang lahat ng mga sangkap ay ganap na nalubog.

c) Isara nang mahigpit ang takip at hayaan itong tumayo sa araw.

d) Baliktarin ang garapon kahit isang beses sa isang araw.

e) Hayaang ma-infuse ang halo na ito nang hindi bababa sa isang linggo o hanggang 3-4 na linggo.

f) Salain at iimbak sa isang malamig at madilim na lugar upang mapanatili ang pagiging bago nito.

96.Clove-Infused Honey

MGA INGREDIENTS:
- ⅛ tasa ng buong clove
- ½ tasang Honey

MGA TAGUBILIN:
a) Ilagay ang buong clove sa isang walang laman na garapon.
b) Ibuhos ang hilaw na pulot at siguraduhin na ang lahat ng mga sangkap ay ganap na nalubog.
c) Isara nang mahigpit ang takip at hayaan itong tumayo sa araw.
d) Baliktarin ang garapon kahit isang beses sa isang araw.
e) Hayaang ma-infuse ang halo na ito nang hindi bababa sa isang linggo o hanggang 3-4 na linggo.
f) Salain at iimbak sa isang malamig at madilim na lugar upang mapanatili ang pagiging bago nito.
g) Ang pinakamahuhusay na gamit ay kasama bilang isang glaze para sa ham, dissolved sa gatas o eggnog, o drizzled sa Pasko dessert.

97. Ang Jalapeno Infused Honey

MGA INGREDIENTS:
- 1 tasa ng Honey
- 1 slice ng jalapeno o higit pa ayon sa iyong panlasa

MGA TAGUBILIN:
a) Ilagay ang jalapeno sa isang walang laman na garapon.
b) Ibuhos ang hilaw na pulot at siguraduhin na ang lahat ng mga sangkap ay ganap na nalubog.
c) Isara nang mahigpit ang takip at hayaan itong tumayo sa araw.
d) Baliktarin ang garapon kahit isang beses sa isang araw.
e) Hayaang ma-infuse ang halo na ito nang hindi bababa sa isang linggo o hanggang 3-4 na linggo.
f) Salain at iimbak sa isang malamig at madilim na lugar upang mapanatili ang pagiging bago nito.

98.Coriander Seed Infused Honey

MGA INGREDIENTS:
- 1 tasa ng pulot
- Isang kutsarang buto ng kulantro
- 1 kurot ng coriander powder

MGA TAGUBILIN:

a) Ilagay ang coriander seeds at coriander powder sa isang walang laman na garapon.

b) Ibuhos ang hilaw na pulot at siguraduhin na ang lahat ng mga sangkap ay ganap na nalubog.

c) Isara nang mahigpit ang takip at hayaan itong tumayo sa araw.

d) Baliktarin ang garapon kahit isang beses sa isang araw.

e) Hayaang ma-infuse ang halo na ito nang hindi bababa sa isang linggo o hanggang 3-4 na linggo.

f) Salain at iimbak sa isang malamig at madilim na lugar upang mapanatili ang pagiging bago nito.

g) Ang infused honey na ito ay madaling makadagdag sa anumang masarap na ulam.

h) Maaari mo ring idagdag ito sa iyong mga tsaa para sa ilang kaaya-ayang lasa at aroma.

99.Binhi ng kintsay Infused honey

MGA INGREDIENTS:
- 4 na kutsarang Suka
- 1 kutsarita buto ng kintsay
- ⅓ tasa ng pulot
- 1 kutsarang Lemon juice

MGA TAGUBILIN:
a) Paghaluin ang lahat ng sangkap.
b) Ihain kasama ng fruit salad.

100.Poppy seed Honey

MGA INGREDIENTS:
- 1 tasang mantika
- ⅓ tasa ng Suka
- 2 kutsarang Honey
- 1½ kutsarang buto ng Poppy

MGA TAGUBILIN:

a) Haluin ang suka, at pulot sa isang blender hanggang sa mag-atas, pagkatapos ay ihalo ang mga buto ng poppy.

b) Itabi sa refrigerator.

KONGKLUSYON

Sa pagtatapos namin ng masasarap na paglalakbay na ito, umaasa kami na ang "ANG PANGHULI HONEY AKLAT NG LUTUIN" ay nagbigay inspirasyon sa iyo na yakapin ang kayamanan at natural na tamis ng pulot sa iyong sariling kusina. Ang pulot ay hindi lamang pampatamis; ito ay isang testamento sa kapangyarihan ng mga regalo ng kalikasan at ang hindi kapani-paniwalang lasa na kanilang inaalok.

Sa mga recipe at diskarte na ibinahagi sa cookbook na ito, umaasa kaming nakuha mo ang kumpiyansa at inspirasyon na isama ang pulot sa isang malawak na hanay ng mga pagkain. Inilalagay mo man ito sa mga marinade, binubuga ito sa mga panghimagas, o nag-e-explore ng mga natatanging kumbinasyon ng lasa, nawa'y magdulot ng kagalakan at kasiyahan sa iyong hapag kainan ang iyong mga likhang may pulot-pukyutan.

Kaya, habang sinisimulan mo ang sarili mong mga pakikipagsapalaran sa pulot, hayaan ang "ANG PANGHULI HONEY AKLAT NG LUTUIN" na maging iyong pinagkakatiwalaang kasama, na nagbibigay sa iyo ng masasarap na mga recipe, kapaki-pakinabang na mga tip, at isang pakiramdam ng paggalugad sa culinary. Yakapin ang ginintuang tamis, ang mga benepisyong pangkalusugan, at ang natural na kabutihan ng pulot, at hayaan ang bawat ulam na gagawin mo na maging isang patunay sa hindi kapani-paniwalang lasa na ibinibigay ng kalikasan.

Nawa'y mapuno ang iyong kusina ng halimuyak ng pulot, ang tamis ng regalo ng kalikasan, at ang kagalakan ng pagluluto na may mga kapaki-pakinabang na sangkap. Maligayang pagluluto, at nawa'y magdala ang iyong mga likhang may pulot-pukyutan ng natural na kasiyahan sa iyong bawat pagkain!

www.ingramcontent.com/pod-product-compliance
Lightning Source LLC
Chambersburg PA
CBHW070401120526
44590CB00014B/1204